AF528960

വേട്ടക്കാരുടെ മാനിഫെസ്റ്റോ

vettakkarude manifesto
stories

•

ponnyam chandran

•

first edition
july 2011

•

published
chintha publishers, thiruvananthapuram

•

typesetting
minerva graphotechs, attukal

•

cover
anas rashad

Rights reserved

വിതരണം

ദേശാഭിമാനി ബുക്ക് ഹൗസ്

H O തിരുവനന്തപുരം-695 001

ബ്രാഞ്ചുകൾ

ഓവർബ്രിഡ്ജ് തിരുവനന്തപുരം • കെ എസ് ആർ ടി സി ബസ് സ്റ്റേഷൻ ആലപ്പുഴ • കെ എസ് ആർ ടി സി ബസ് സ്റ്റേഷൻ എറണാകുളം • ഐ ജി റോഡ് കോഴിക്കോട് • മാവൂർ റോഡ് കോഴിക്കോട് • എൻ ജി ഒ യൂണിയൻ ബിൽഡിങ് കണ്ണൂർ • സെൻട്രൽ ബസ് ടെർമിനൽ കോംപ്ലക്സ് താവക്കര കണ്ണൂർ • മച്ചിങ്ങൽ ലെയ്ൻ തൃശൂർ

CO - 1618 / 2743

വേട്ടക്കാരുടെ മാനിഫെസ്റ്റോ

കഥകൾ

പൊന്ന്യം ചന്ദ്രൻ

ചിന്ത പബ്ലിഷേഴ്സ്
തിരുവനന്തപുരം-695 001
വില: ` 45

പൊന്ന്യം ചന്ദ്രൻ

1959 ൽ കണ്ണൂർ ജില്ലയിലെ പാനൂരിനടുത്തുള്ള കിഴക്കേ ചമ്പാടിൽ ജനിച്ചു. അച്ഛൻ: എം ഗോവിന്ദൻ അമ്മ: എം കെ നാരായണി. ചുണ്ടങ്ങാപ്പൊയിൽ സെൻട്രൽ എൽ പി സ്കൂൾ, ചുണ്ടങ്ങാപ്പൊയിൽ ഗവ. ഹയർസെക്കണ്ടറി സ്കൂൾ, മൈസൂർ യൂണിവേഴ്സിറ്റി എന്നിവിടങ്ങളിൽ വിദ്യാഭ്യാസം. കേരള സ്കൂൾ ഓഫ് ആർട്സ്- തലശ്ശേരി, Ecole Des Beaux Art France എന്നിവിടങ്ങളിൽ ചിത്രകലാപഠനം. കലാ വിദ്യാർഥികൾക്കുള്ള കേരള ലളിതകലാ അക്കാദമി സ്കോളർഷിപ്പ്, മികച്ച ചിത്രത്തിനുള്ള കേരള ലളിത കലാ അക്കാദമി പുരസ്കാരം (1992- 1994) അധ്യാപക കലാവേദി അവാർഡ്, അധ്യാപക കലാസാഹിത്യവേദി അവാർഡ്, സുരേന്ദ്രൻ സ്മാരക ചെറുകഥാ അവാർഡ്, വൈജ്ഞാനിക സാഹിത്യത്തിനുള്ള മുണ്ടശ്ശേരി അവാർഡ്, ജൂനിയർ ചേംബർ കേരള ചാപ്റ്റർ അവാർഡ്, കലാദർപ്പണ പുരസ്കാരം എന്നിവ ലഭിച്ചു.

ഇന്ത്യയിലും വിദേശത്തുമായി 29 ഏകാംഗ ചിത്ര പ്രദർശനം നടത്തി. ഫ്രാൻസിൽ ഉൾപ്പെടെ സംഘ ചിത്രപ്രദർശനത്തിൽ പങ്കെടുത്തു. 2005 ആഗസ്തിൽ തെക്കേ അമേരിക്കയിലെ വെനിസ്വേലയിൽ നടന്ന ലോക യുവജനോത്സവത്തിൽ ഇന്ത്യയെ പ്രതിനിധീകരിച്ചു.

1980 മുതൽ കൂത്തുപറമ്പ് ഹൈസ്കൂൾ ചിത്രകലാ അധ്യാപകനാണ്. പ്രസിദ്ധീകരിച്ച കൃതികൾ: *സ്ത്രീ ഇന്ത്യൻ ചിത്രകലയിൽ, ചിത്രകലയിലെ ചക്രവർത്തിമാർ, കെ സി എസ് പണിക്കർ: കലയും ജീവിതവും*

ഭാര്യ : ജലജ
മക്കൾ : നവനീത്, തേജസ്വിനി
വിലാസം : പൊന്ന്യം പി ഒ
കണ്ണൂർ - 670641
ഫോൺ : +919745248567
email : chandran_ ponniam@yahoo.co.in

ഉള്ളടക്കം

അവതാരിക

ലോകത്തിന്റെ നിറങ്ങൾ

ഇ പി രാജഗോപാലൻ

കഥയാണ് ഏറ്റവും സ്വാഭാവികമായ സാഹിത്യമാധ്യമം. കഥയില്ലാത്തവരില്ല, കഥ പറയാത്തവരില്ല, കഥ കേൾക്കാത്തവരില്ല. ലോകത്തെ നൂറുനൂറായിരം കഥകളായിട്ടാണ് ഒരാൾ ഓർമയിൽ സൂക്ഷിക്കുന്നത്. ആ പ്രക്രിയയിൽ അയാൾ തന്നെ തനിക്കും മറ്റുള്ളവർക്കും കഥയായിത്തീരുകയും ചെയ്യുന്നു. കഥയിൽ നടന്നതുപോലെ രചനാപരീക്ഷണങ്ങൾ മറ്റൊരു മാധ്യമത്തിലും നടന്നിട്ടില്ല. അതിന്റെ കാരണവും ഇപ്പറഞ്ഞതുതന്നെ. ആളുകൾ ലോകത്തെ ആഖ്യാനമായി മനസിൽ പതിപ്പിക്കുന്നത് വ്യത്യസ്തരീതികളിലാണ്. ആ രീതികളുടെ കൂട്ടലും പെരുക്കലും കിഴിക്കലുമൊക്കെയാണ് കഥാസാഹിത്യത്തിന്റെ പലമയ്ക്ക് കാരണമായിത്തീരുന്നത്.

ചിത്രകാരനും ചിത്രകലാവിമർശകനുമൊക്കെയായിട്ടാണ് പൊന്ന്യം ചന്ദ്രൻ മലയാളികളുടെ ശ്രദ്ധയിൽ നിൽക്കുന്നത്. ചിത്രമാധ്യമത്തിൽ തുടരെ പ്രവർത്തിക്കുന്ന ഒരാൾ കഥയെഴുത്തും നടത്തുന്നതിന്റെ പിന്നിൽ കഥയുടെ ഈ അസാധാരണമായ സാധാരണത്വം തന്നെയാണുള്ളത്.

ചിത്രങ്ങൾകൊണ്ട് സ്ഥാനപ്പെടുത്തേണ്ടവയല്ലാത്ത ചില പ്രമേയങ്ങളും പ്രശ്നങ്ങളും ഉണ്ടെന്ന് ചിത്രകാരന് തന്നെ തോന്നുമ്പോഴാണ് അയാൾക്ക് കഥാകാരൻ കൂടിയാവാനുള്ള പ്രേരണയുണ്ടാവുന്നത്. വില്യം ബ്ലെയ്ക്ക് കവിയും ചിത്രകാരനുമായിരുന്നു എന്നു പറയുന്നതു പോലെയല്ല ഇത്. പൊന്ന്യം ചന്ദ്രന്റെ ചിത്രശൈലിയുമായി ഈ കഥകൾക്ക് വലിയ ബന്ധമൊന്നുമുണ്ടെന്ന് തോന്നുന്നില്ല. തന്റെ ആദ്യകാല രചനകളിൽനിന്ന് വ്യത്യസ്തമായി പിൽക്കാലത്ത് സമരചരിത്രങ്ങളും, *മയ്യഴിപ്പുഴയുടെ തീരങ്ങളിൽ* പോലുള്ള ഒരു ദീർഘാഖ്യായികയും

ചിത്രങ്ങൾക്ക് പ്രചോദനമായിട്ടുണ്ട് എന്ന കാര്യം മറക്കുന്നില്ല. (ചന്ദ്രൻ സംഘടനാ പ്രവർത്തകനായി കൂടുതൽ മികവ് നേടുന്നതും ഈ ഘട്ടത്തിലാണ്.) എങ്കിലും ചിത്രപംക്തികളുടെ ശൈലിയിലല്ല ഈ കഥകൾ. അമൂർത്തതയുടെ സൗന്ദര്യത്തെ ധ്യാനിക്കാതെ, ഏറെയും നേരെ ചൊവ്വേ പറയുന്ന കഥകളാണിവ. ഓരോ കഥയുടെ പരിചരണത്തെയും (പാരായണത്തെയും) വിടാതെ സ്വാധീനിച്ചുകൊണ്ട് ഒരു കേന്ദ്ര പ്രശ്നവും ഉണ്ട്. ഓരോ കഥയും ഏക പ്രശ്നകേന്ദ്രിതമാണ് എന്നുപോലും പറയാവുന്നതാണ്.

ആതുരാലയം വ്യാപാരശാലയുടെ ശൈലിയിലേക്ക് വികസിക്കുന്നത്, വിപണി പ്രത്യയശാസ്ത്രം സാഹിത്യത്തിലേക്ക് കടന്നുവരുന്നത്; ഈ രണ്ട് വിഷയങ്ങളും ചില കഥകൾക്ക് പ്രേരണയായിത്തീർന്നിട്ടുണ്ട്. ഈ വിഷയങ്ങളെപ്പറ്റി കഥാകാരന് ചില തീർപ്പുകൾ ന്യായമായും ഉണ്ട്. ആ തീർപ്പുകൾ വായനക്കാർക്ക് അതേപടി കിട്ടണമെന്നാണ് കഥാകാരന്റെ താൽപ്പര്യം. ആ താൽപ്പര്യത്തിന്റെ നിർവഹണത്തിനായുള്ള ഉപാധി എന്ന നിലയിലേ ആഖ്യാന ശൈലിയെ കഥാകാരൻ കാണുന്നുള്ളൂ. ആഖ്യാനത്തിലെ ത്രസിപ്പിക്കുന്ന നവീനതയ്ക്കപ്പുറം പ്രശ്നത്തിന്റെ ഗൗരവമാണ് അദ്ദേഹം പ്രധാനപ്പെട്ടതായി കണക്കാക്കുന്നത്.

ഈ കഥകളിൽ അവർ അതിന് കാണുന്ന ഒരു ഉത്കണ്ഠ (concern) കലയുടെ സ്വഭാവത്തെക്കുറിച്ചുള്ളതാണ്. കഥയും കവിതയും ചിത്രവും പാട്ടുമെല്ലാം ആത്മപ്രതിഫലനപരമായ (self-reflexive) യാഥാർഥ്യങ്ങളല്ല എന്നും അവയ്ക്ക് സമൂഹത്തിൽ, അസാഹിതീയമായ, ധർമങ്ങൾ ഉണ്ട് എന്നും അതിന്റെ നിർവഹണത്തിന് വരുന്ന ഭംഗം ജീവിതത്തിന്റെ താളക്കേടിന്റെ തന്നെ സൂചനയാണ് എന്നും കഥാകാരന് തിട്ടമുണ്ട്. ആത്മാർഥമായ ഒരു നിലയാണ് ഇത്. ആ ആത്മാർഥതയാണ് ഈ കഥാപുസ്തകത്തെ നന്മയുടെ ലൈബ്രറിയാക്കി നിർത്തുന്നത്.

ഇമേജുകളെ പൂജനീയ വസ്തുക്കൾപോലെ അവതരിപ്പിക്കുന്ന കഥാകാരന്മാർ നിരവധിയുണ്ട്. കൃത്രിമ രചനകളായി മാറാനാണ് അത്തരം രചനകളുടെ വിധി. ചന്ദ്രൻ, സ്വയം ഒരു ദൃശ്യ നിർമാതാവായിട്ടും, അത്തരമൊരു പ്രവൃത്തിയിലേക്ക് കരുതിക്കൂട്ടിത്തിരിയുന്നില്ല യാഥാർഥ്യത്തിന്റെ അന്വേഷണവും കണ്ടെത്തലും അവതരണവുമാണ് ഈ എഴുത്തുകാരനെ സർഗവൃത്തിയിലേക്ക് നയിക്കുന്നത്. അതിരുകളിൽ നുഴഞ്ഞുകയറി ഭീകരർ യാത്രാ ബസ് കത്തിച്ചത് ഒരു നട്ടുച്ചയ്ക്കായിരുന്നു എന്ന വാർത്ത കേട്ടപാടെ അവൾ, നിറങ്ങൾ ചേർത്തുകൊണ്ടിരുന്ന പാലറ്റിൽനിന്നും കൈ പിൻവലിച്ചു എന്ന വാക്യം ഇക്കാരണം കൊണ്ട് വളരെയധികം അർഥഗൗരവം ഉള്ള ഒന്നായി വായനക്കാർക്ക് അനുഭവപ്പെട്ടേക്കാം.

വേട്ടക്കാരുടെ മാനിഫെസ്റ്റോ

രാഷ്ട്രീയ പ്രതിയോഗികളാൽ കൊല്ലപ്പെട്ട പവിത്രനെ ഓർക്കാനായിരുന്നു പൊതുയോഗം. പൊതുയോഗത്തിലെ അധ്യക്ഷൻ എന്ന നിലയിൽ സുഭാഷ് തന്റെ പ്രസംഗം അവസാനത്തേക്ക് മാറ്റിയിരുന്നു. സുഭാഷിന്റെ സഹപാഠികൂടിയായിരുന്നു പവിത്രൻ എന്നതിനാൽ ആദ്യംതന്നെ പ്രസംഗിക്കാൻ അവസരം ഉണ്ടായിട്ടും അവൻ അവസാനത്തേക്ക് മാറ്റിയതായിരുന്നു.

സുഭാഷിന്റെകൂടി പ്രസംഗം കഴിഞ്ഞതോടെ എല്ലാവരും താഴേക്കിറങ്ങി. അവർ ഒന്നടങ്കം സദസിലിരുന്ന് കലാപരിപാടികൾ ആസ്വദിക്കാൻ തയാറെടുത്തു.

നൃത്തവിഭാഗത്തിലെ ആദ്യ ഇനംതന്നെ അരങ്ങ് തകർക്കുന്നതിനിടയിലാണ് സുഭാഷിന് നെഞ്ചുവേദന അനുഭവപ്പെട്ടത്. സാരമാക്കേണ്ടതില്ലാത്ത വേദന അവനെ പലപ്പോഴും അലട്ടിയിട്ടുണ്ട്.

ഒന്നും അവൻ ഗൗരവമായി എടുത്തിരുന്നില്ല. അനുസ്മരണ പൊതുയോഗത്തിനിടെ അനുഭവപ്പെട്ട വേദന സുഹൃത്തുക്കൾകൂടി അറിഞ്ഞതോടെയാണ് കൂടുതൽ പൊല്ലാപ്പായത്. യഥാർഥത്തിൽ വേദന അനുഭവപ്പെട്ടത് സുഹൃത്തുക്കൾക്കിടയിൽ നിന്നായതിനാൽ അവരുടെകൂടി അഭിപ്രായം മാനിക്കേണ്ടിവന്നു എന്നുമാത്രം.

വേഗം ഡോക്ടറെ കാണിക്കാനുള്ള അഭിപ്രായത്തിന് ഏകസ്വരം ഉണ്ടായിരുന്നു. പതിവുപോലുള്ള വേദന മാത്രമാണെന്ന് അവൻ പറഞ്ഞുനോക്കിയെങ്കിലും ഭൂരിപക്ഷ തീരുമാനം ന്യൂനപക്ഷം അനുസരിക്കണമെന്ന പ്രമാണപ്രകാരം അവൻ വഴങ്ങി.

സുഭാഷിനെയുംകൊണ്ട് നീങ്ങിയ വാഹനം ചിറക്കരമുക്കിൽ പതുക്കെ നിർത്തി. ഏത് ഭാഗത്തും ഡോക്ടർമാരുടെ ബോർഡുകൾ.

ഒന്നിൽനിന്നും മറ്റൊന്നിലേക്ക് ശ്രദ്ധ നീങ്ങുമ്പോൾ ഇടംനെഞ്ചിലെ വേദന തീപോലെ പടരുമോ എന്ന തോന്നൽ.

അവൻ ഓട്ടോയിലേക്ക് തന്നെ വലിഞ്ഞുകയറി. ഏതുവഴിയും കടന്നുപോവുന്നത് സ്വകാര്യ ആശുപത്രികൾക്കരികിലൂടെ.

എത്ര മോടിപിടിപ്പിച്ചിട്ടും വിശ്വാസ്യത ആർജിക്കാനാവാതെ സർക്കാർ ആശുപത്രി ഒഴിഞ്ഞ കട്ടിലോടെ നിസ്സഹായത പുലർത്തുന്നു. കാലവർഷത്തിന്റെ ആരംഭത്തിനും മുമ്പേ അത് പുതിയ ചായം അണിഞ്ഞിട്ടുണ്ട്.

സ്വകാര്യ ആശുപത്രിക്കാരുടെ വക പൊടിപൊടിക്കുന്ന ഓഫറുകൾ.

"ഒരാളുടെ ശരീരം സമ്പൂർണ വൈദ്യപരിശോധനയ്ക്ക് വിധേയമാക്കുമ്പോൾ മറ്റൊരാൾക്ക് തികച്ചും സൗജന്യമായ വൈദ്യപരിശോധന."

കടൽക്കാറ്റ് സമ്മാനിക്കുന്ന ഇരുമ്പിൽ പൊതിഞ്ഞു കിടക്കുന്ന സർക്കാർ ആശുപത്രി ഈ ഓഫറുകൾക്കിടയിൽനിന്ന് എങ്ങനെ രക്ഷപ്പെടും.

ഒരു നെഞ്ചുവേദന വിദഗ്ധൻ സർക്കാർ ആശുപത്രിയിൽ ഇല്ലാതെ പോയത്, സുഭാഷിന്റെ ആഗ്രഹത്തിന് തടസമായി.

ഏറ്റവും അടുത്തുള്ള ഒരു സ്വകാര്യ ആശുപത്രിയുടെ കൂറ്റൻ കെട്ടിടത്തിനു മുമ്പിൽ ഓട്ടോറിക്ഷ വേഗംകുറച്ച് നിർത്തി.

ആശുപത്രി ഗേറ്റിനു പുറത്ത് ഇരുഭാഗത്തുമായി ആംബുലൻസുകാരുടെ വൻനിര കാത്തിരിക്കുന്നുണ്ട്.

ഇര കാത്തുള്ള ഇരിപ്പ്.

സുഭാഷിനെ കൈപിടിച്ച് ഇറക്കാൻ ഒന്നിച്ചുവന്ന സനോജ് സഹായിക്കുന്നുണ്ടായിരുന്നു.

പക്ഷേ, അങ്ങനെയൊരു താങ്ങ് ആവശ്യമില്ലാത്തതിനാൽ അവൻ ആത്മവിശ്വാസത്തോടെ ഇറങ്ങി നടന്നു.

പരസഹായമില്ലാത്ത ചുവടുവെപ്പ്.

അത്യാഹിത വിഭാഗത്തിന്റെ കവാടം തുറന്നുതന്ന സെക്യൂരിറ്റിക്കാരൻ വിടർന്ന ചിരിയോടെ അകത്തേക്ക് സ്വാഗതംചെയ്തു.

പുതിയ ഒരിര കിട്ടിയ ചിരി.

ഡ്യൂട്ടി ഡോക്ടർ സ്റ്റെതസ്കോപ്പ് ചെവിയിൽ തിരുകി ഉഷാറായി.

വിവരങ്ങൾ വിശദമായി ചോദിച്ചറിഞ്ഞു. ഡോക്ടർ ലെറ്റർപാഡ് പറിച്ചെടുത്ത് അടിയന്തിരമായി നൽകേണ്ടുന്ന കുറേ മരുന്നുകൾ കുറിച്ചുകൊടുത്തു.

ഡ്രിപ്പ് കൊടുക്കാനും അടിയന്തിരമായി ഇ സി ജി എടുക്കാനും നഴ്സുമാരോട് ഡോക്ടറുടെ ഉപദേശം. ചലിക്കുന്ന സ്ട്രെച്ചറിലേക്ക് കേറിക്കിടക്കാനായി ഡോക്ടർ ഉപദേശിച്ചു.

"സർ, ഞാൻ നടന്നു പോയ്ക്കൊള്ളാം.... എനിക്കൊരു കുഴപ്പവും തോന്നുന്നില്ല...."

സുഭാഷ് അവന്റെ സജീവാവസ്ഥ പങ്കുവെച്ചു.

ഉണർവോടെയുള്ള പങ്കുവയ്ക്കൽ.

“അതൊന്നും പറഞ്ഞിട്ട് കാര്യമില്ല മിസ്റ്റർ..., ഇവിടെ ഇങ്ങനെയൊക്കെയേ പറ്റൂ.... ഇ സി ജി എടുത്ത് വേഗം വരൂ....”

ഡോക്ടറുടെ പ്രഖ്യാപനം അനുസരണയോടെ പരിചാരകർ ഏറ്റെടുത്തു.

വെള്ളച്ചായം തേച്ച മേൽച്ചുവര് അവന്റെ കാഴ്ചയിൽനിന്നും മറഞ്ഞുകൊണ്ടേയിരുന്നു.

ഇ സി ജി റിപ്പോർട്ട് വിരലുകൾക്കിടയിലൂടെ മറിച്ചിട്ടുകൊണ്ടിരിക്കുന്നതിനിടയിൽ ഡോക്ടർ ആരോടെന്നില്ലാതെ പറയുന്നുണ്ട്:

“കുഴപ്പമൊന്നും ഇപ്പോൾ കാണുന്നില്ല..... എങ്കിലും അങ്ങനെ പോകാനൊക്കില്ല. ഒരുതവണ എടുത്ത ഇ സി ജി കൊണ്ടുമാത്രം താങ്കൾ ആരോഗ്യവാനാണെന്ന് പറയാനാവില്ല. രാവിലെവരെയെങ്കിലും ഇവിടെ നിരീക്ഷണത്തിലായിരിക്കണം താങ്കൾ.”

അനുസരിക്കുക മാത്രമേ തരമുള്ളൂ എന്നു കരുതി ഒരു രാവ് കഴിച്ചുകൂട്ടാനുള്ള മാനസികമായ തയാറെടുപ്പ് തുടങ്ങി. സുഭാഷിനെയും വഹിച്ചുകൊണ്ട് സ്ട്രെച്ചർ ഇഴഞ്ഞുപോയത് ഐ സി യുവിന്റെ കവാടത്തിനു മുന്നിലേക്ക്.

അതിനകത്തെ ശീതീകരണത്താൽ അവന്റെ ശരീരച്ചൂട് പതുക്കെ കുറഞ്ഞു.

പച്ചനിറത്തിലുള്ള ഒറ്റക്കുപ്പായമിട്ട പെൺകോലങ്ങൾ അവനു ചുറ്റും നിലയുറപ്പിച്ചു.

ഏതോ പാതിരാത്രിയിലോ പകൽ നേരത്തോ എത്തപ്പെട്ട കുറേ രോഗികൾ അടുത്ത കട്ടിലുകളിൽ ഒട്ടിക്കിടക്കുന്നുണ്ട്. ഉയർത്തിവെച്ച ചെറിയ മറയ്ക്ക് പുറമേക്ക് അവരുടെ കാലുകൾ നീണ്ടുനിൽക്കുന്നു.

വേട്ടക്കാരുടെ വായിലകപ്പെട്ട ഇരകൾപോലെ.

അടുത്തുകിടക്കുന്ന രോഗികളുടെ കാഴ്ചയിൽനിന്നും സുഭാഷിനെ മറച്ചുവയ്ക്കാൻ, ഇരുമ്പുപൈപ്പിൽ തൂക്കിയിട്ട കർട്ടൻ പെൺപരിചാരിക നിവർത്തിവെച്ചു.

ചുവന്ന കള്ളിക്കുപ്പായമിട്ട സനോജ് കർട്ടനുള്ളിലൂടെ നുഴഞ്ഞുകേറി നഴ്സുമാരുടെവലയവും ഭേദിച്ച് സുഭാഷിന്റെ അരികിലെത്തി.

പിന്നെ അവന്റെ ചെവിയിലൊരു സ്വകാര്യംപറച്ചിൽ.

“ഡോക്ടർ പ്രത്യേകം പറഞ്ഞിട്ടുണ്ട്. അറ്റാക്കിന്റെ ലക്ഷണമേയില്ലെന്ന്.”

ആശ്വസിപ്പിക്കാനുള്ള പുതിയ തന്ത്രം അവൻ കണ്ടെത്തുകയായിരുന്നു. അവനെന്നും അങ്ങനെയാണ്. ആരും ഒന്നും പറഞ്ഞില്ലെങ്കിലും അവനുറപ്പുണ്ടായിരുന്നു, അവന്റെ സുദൃഢമായ ആരോഗ്യത്തെപ്പറ്റി.

ഡോക്ടർ എഴുതിത്തള്ളിയ, അവസാനശ്വാസം കാത്തിരിക്കുന്ന രോഗിയോടും സനോജ് ഉപദേശിക്കാറുണ്ട് കരുത്തോടെ ഇരിക്കാൻ. ഒരു കുഴപ്പവും ഇല്ലെന്ന് പറഞ്ഞുള്ള ഉപദേശം.

രാപ്പകൽ ഭേദമില്ലാതെ ആശുപത്രിയിൽ രോഗികൾക്ക് കൂട്ടിരിക്കുന്ന ശീലക്കാരനായിരുന്നു അവൻ.

ഏത് രോഗിക്കും രക്തമെത്തിക്കാൻ ഉറക്കമൊഴിഞ്ഞ് ഓടിക്കൊണ്ടിരിക്കുന്നതും അവന്റെ ശീലംതന്നെ.

ഉറക്കമൊഴിഞ്ഞുള്ള അവന്റെ സേവനംകണ്ട് മൂസാജിക്ക പലപ്പോഴും പറയുന്നത് കേട്ടിട്ടുണ്ട്.

"ഇജ്ജാതി ബാല്ല്യേക്കാറല്ലേ നാട്ടില് ബേണ്ടേ..."

കുപ്പായം അഴിച്ചുമാറ്റിയ സുഭാഷിന്റെ നെഞ്ചിടത്തിലേക്ക് മെഷീനുകളുമായി ബന്ധിപ്പിക്കുന്ന വയറുകൾ തലങ്ങും വിലങ്ങുമായി ഒട്ടിച്ചു ചേർത്തു.

ഇടംവലം തിരിയാനാവാതെ അവന് മുകൾച്ചുമർ മാത്രം നേർസാക്ഷിയായി.

എട്ടോ പത്തോ രോഗികൾ കിടക്കുന്ന ഐ സി യുവിൽനിന്നും പാതിരാത്രിയിൽ ഉയർന്നുകേട്ട ഞരക്കവും ചുമയും സുഭാഷിനെ അലോസരപ്പെടുത്തിയില്ല.

തന്റെ ആരോഗ്യത്തെപ്പറ്റി പൂർണ വിശ്വാസമുള്ളപ്പോൾ പിന്നെയെന്തിന് ആരുടെയെങ്കിലും അവസാനഞരക്കം കേട്ട് വേവലാതിപ്പെടണം.

നേരത്തെ കേട്ട ശബ്ദം വലിയ ഞരക്കത്തോടെ അവസാനിച്ചു.

വെളുത്ത തുണികൊണ്ട് പെരുവിരൽ ബന്ധിച്ച ശരീരം സ്ട്രെച്ചറിൽ ഒച്ചയുണ്ടാക്കാതെ പുറമേക്ക് നീങ്ങുന്നത് സുഭാഷും കണ്ടിരുന്നു.

കർട്ടന്റെ വിടവിലൂടെയുള്ള മങ്ങിയ ഒരു പാതിരാക്കാഴ്ച.

പുറത്ത് ഉയർന്ന നിലവിളി വാതിലുകൾ ചേർത്തടച്ചപ്പോൾ തനിയെ ഇല്ലാതായി.

പാതിരാത്രിയിൽ ഏതോ ഒരു പുരയിൽ അപ്രതീക്ഷിതമായി കോളിംഗ്ബെൽ മുഴങ്ങുന്നതും കൂട്ടനിലവിളി ഉയരുന്നതും അവൻ അറിയുന്നുണ്ട്.

എന്നിട്ടും അവന് അലോസരങ്ങൾ ഒന്നും തോന്നിയില്ല. ഉച്ചനേരമാവുമ്പോഴേക്കും നാലഞ്ചു തവണയെങ്കിലും അവന്റെ ഇ സി ജി രേഖപ്പെടുത്തിക്കഴിഞ്ഞിരുന്നു.

പോറലുകൾ കാട്ടാത്ത രേഖപ്പെടുത്തലുകൾ.

വൈകുന്നേരം ഡോക്ടർ അവന്റെ അരികിലെത്തി.

"ഇതുവരെ എടുത്ത ഇ സി ജിയിലൊന്നും ഒരു കുഴപ്പവും കാണുന്നില്ല മിസ്റ്റർ. താങ്കൾ ഒരർഥത്തിൽ ഭാഗ്യവാനാണ്."

അവൻ സന്തോഷത്താൽ ചുണ്ടനക്കുകമാത്രം ചെയ്തു.

''ബ്ലഡ്ടെസ്റ്റിന്റെ റിസൽട്ടും വന്നു. എല്ലാം ഓ കെയാണ്. എന്നാലും...., പൂർണമായി ഇങ്ങനെയുള്ള റിപ്പോർട്ടിനെ വിശ്വസിക്കാനാവില്ല....

ഭയപ്പെടുത്താൻ പറയുകയാണെന്ന് തെറ്റിദ്ധരിക്കരുത്. ഓരോരുത്തരുടെയും ആരോഗ്യത്തെപ്പറ്റി ഏറ്റവും ബോധവാന്മാരാവേണ്ടത് അവര

വർ തന്നെയാണ്. ഇതിനെക്കാൾ ഓ കെയായി ഇവിടെനിന്നും ഇറങ്ങിയ പലർക്കും പലതും സംഭവിച്ചിട്ടുണ്ട്."

ഡോക്ടറുടെ വിശദീകരണം പോകുന്നത് ഏത് ദിശയിലേക്കാണെന്ന് അവന് നന്നായറിയാമായിരുന്നു. ഡോക്ടർ അവനെ വിടാതെ പിന്തുടർന്നുകൊണ്ടേയിരുന്നു.

"മിസ്റ്റർ സുഭാഷ്, ഹൃദയത്തിന്റെ ഏത് തകരാറും തിരിച്ചറിയാവുന്ന പുതിയൊരു മെഷീൻ വിദേശത്തുനിന്നും കഴിഞ്ഞ ആഴ്ച ഇവിടെ എത്തിയിട്ടുണ്ട്...." നിമിഷനേരത്തെ മൗനത്തിനുശേഷം പിന്നെയും തുടർന്നു:

"താങ്കളോട് ഒരു സത്യംപറയട്ടെ, ലണ്ടനിൽനിന്നുമാണ് അത് കൊണ്ടുവന്നത്...."

ഡോക്ടർ വഴിവാണിഭക്കാരനെപ്പോലെ വാചാലനാവുകയായിരുന്നു.

"മെഷീൻ പുറത്തിറക്കിയ കമ്പനി വക പ്രത്യേക ഓഫറും പ്രഖ്യാപിച്ചിട്ടുണ്ട്. ഇത് ഉപയോഗിക്കുന്ന ആദ്യത്തെ പത്ത് രോഗികൾക്ക് ഇന്ത്യയിലെ വൻകിട നഗരങ്ങളിലെ സ്റ്റാർ ഹോട്ടലിൽ മുറിവാടകയിൽ അൻപത് ശതമാനം ഇളവുണ്ട്....."

അവൻ ചുറ്റും കൂടിനിന്ന പച്ചക്കുപ്പായക്കാരിലൂടെ കണ്ണോടിച്ചു.

അവൻ സമ്മതിക്കാൻ വേണ്ടിയാണ് അവരും കാത്തിരിക്കുന്നതെന്നു തോന്നി.

വിഹിതം എല്ലാവരിലേക്കും എത്തുന്നുണ്ടെന്ന് അവൻ സംശയിച്ചതും ഇന്നേരത്തായിരുന്നു.

"സുഭാഷ്, ഇതൊന്നും കൂടാതെ ആശുപത്രീടെ വകയും ഒരു പ്രത്യേക ഓഫറുണ്ട്.... ആദ്യമായി ഇതുപയോഗിക്കുന്ന പത്തുപേർക്ക് ഫീസിനത്തിൽ പത്തുശതമാനത്തിന്റെ കുറവുണ്ട്. താങ്കളുടെ ഹൃദയത്തിന് ഒരു കുഴപ്പവും ഇല്ലെന്ന് ബോധ്യമായാൽ മനസ്സമാധാനത്തോടെ കിടന്നുറങ്ങാമല്ലോ. ഇപ്പോൾ തൽക്കാലം പണമില്ലെങ്കിലും പ്രയാസപ്പെടേണ്ടതില്ല. സ്വകാര്യ ധനകാര്യസ്ഥാപനക്കാർ എല്ലാം ചെയ്തുകൊള്ളും. താങ്കളുടെ വീടിന്റെ രേഖയോ അതല്ലെങ്കിൽ രണ്ട് ശമ്പള സർട്ടിഫിക്കറ്റോ സംഘടിപ്പിച്ചാൽ മാത്രം മതി."

ഡോക്ടറുടെ അഭ്യർഥന തിരിച്ചുചോദിക്കാനുള്ള പുതിയൊരു ചോദ്യമാണ് അവനിൽ രൂപംകൊണ്ടത്.

"സർ, പുതിയൊരു മെഷീനിൽനിന്നും പരിശോധന കഴിഞ്ഞാലും ഒന്നും സംഭവിക്കില്ലെന്ന് ആർക്കാണ് ഉറപ്പ്?" ഡോക്ടർ തലയ്ക്കടിയേറ്റതുപോലെ വട്ടംകറങ്ങി. ഈ ചോദ്യം ഡോക്ടറെ അക്ഷരാർഥത്തിൽ അസ്വസ്ഥനാക്കി.

പുതിയ യന്ത്രത്തിലേക്ക് അവനെ ആകർഷിക്കാനുള്ള തന്ത്രങ്ങൾ ഡോക്ടർ ആവിഷ്കരിക്കുമ്പോഴേക്കും, ശരീരത്തിൽ ഒട്ടിച്ചുചേർത്ത വയറുകളിൽനിന്നും അവൻ മോചിതനായിക്കഴിഞ്ഞിരുന്നു. വാതിൽ തുറന്ന് പുറത്ത് കടക്കുമ്പോൾ കരച്ചിൽ ഉയർന്നില്ല.

അവന്റെ കാൽവിരലുകൾ ബന്ധിച്ചിട്ടുണ്ടായിരുന്നില്ല. അവൻ നഗരത്തിന്റെ ചൂടനുഭവിച്ചുകൊണ്ട് ആൾക്കൂട്ടത്തിലേക്ക് മറയുമ്പോഴും കേൾക്കുന്നത് പുതിയ ഓഫറുകൾ.

"ഈ പുതിയ മെഷീൻ ഉപയോഗിക്കുന്ന ആദ്യത്തെ ആൾ താങ്കളായിരിക്കും. ഒരുപക്ഷേ, അതിന് പ്രത്യേക സമ്മാനവും...."

നഗരത്തിലെ മറ്റ് ആശുപത്രികളിൽനിന്നും പുതിയ ഓഫറുകൾ പെരുമഴപോലെ അവനു ചുറ്റും നൃത്തംചവിട്ടി.

എല്ലാം അവഗണിച്ച് അവൻ മുന്നോട്ടേക്ക് തന്നെ നീങ്ങുകയാണ്.

ആരോഗ്യ പരിരക്ഷയ്ക്കായുള്ള സ്വകാര്യ ധനകാര്യ സ്ഥാപനക്കാരുടെ കൂറ്റൻ ഫ്ളക്സ്പരസ്യങ്ങൾക്കിടയിലൂടെ അവൻ കുതിച്ചു.

എല്ലാ കപട വാഗ്ദാനങ്ങളെയും ചോദ്യംചെയ്യാൻ ജനം ഒന്നായി തിരിഞ്ഞുനിന്നു.

വഞ്ചിക്കപ്പെട്ട ഒരുപാടുപേരുടെ നിര.

ഗ്ലൂക്കോസ് കയറ്റാൻ പ്ലാസ്റ്റർ ഒട്ടിച്ചുചേർത്ത ഇടതുകൈ ഉയർത്തിക്കൊണ്ട് ആൾക്കൂട്ടത്തിന്റെ പ്രതിരോധത്തിൽ സുഭാഷും ഉണ്ട്.

കൈ ഉയർത്താനുള്ള പിൻബലമായി ഒരുപാട് പേരുണ്ട്.

അതിൽ ഒരാൾ മാത്രമാണ് സനോജ്.

ഒറ്റപ്പെട്ടുപോകാത്ത പ്രതിരോധം.

മൂന്നൻ പറഞ്ഞ കഥപോലെ

"**മ**യ്യേനപ്പറ്റി എഴ്ത്യ മൂന്നൻ.... ദാ ആ കണ്ന്ന ഫ്ലാറ്റ്ലായ്ര്ന്നു.... ഇപ്പം ഓനങ്ങ് ദൂര്യേടോ ആണ് പാർക്ക്ന്ന്...."

വരണ്ട യമുനയും കടന്ന് സൈക്കിൾറിക്ഷ ഡൽഹിയിലെ മയൂർ വിഹാറിലേക്ക് തളർന്നുനീങ്ങുമ്പോൾ അച്ഛൻ പറയുന്ന എല്ലാറ്റിനും ദിനേശൻ തലയാട്ടി.

ഇരുപതുകൊല്ലം മുമ്പേ അച്ഛന്റെകൂടെ ആദ്യമായി ഡൽഹിയിലെത്തിയത് ദിനേശന് ഇന്നും ഓർമയുണ്ട്. അച്ഛൻ പറഞ്ഞ വാക്കുകളും.

ആനന്ദും വിജയനും മുകുന്ദനും എല്ലാം ഡൽഹിയിലിരുന്ന് എഴുതിയിരുന്ന കാലം.

നനഞ്ഞുതണുത്ത റോഡിൽ സന്ധ്യയോടെ ജനം നന്നേ കുറഞ്ഞിരുന്നു.

തണുത്തു വിറയ്ക്കുന്ന ജനം.

പഴയ ഡൽഹി ദിനേശൻ ഓർത്തുകൊണ്ടിരുന്നു.

"ഈ ഡല്ലീന പറ്റ്യ.... മൂന്നൻ കഥയെയ്ത്യേ.... ഓന്റെ മയ്യേനപറ്റീള്ള കഥേല്, നോക്ക് ആ പോക്ന്ന ജാതി സായ്പ്പന്മാരെത്ര്യാന്നറിയോ...?"

ദിനേശനെ എം മുകുന്ദന്റെ കഥകളിലൂടെ എന്നും അച്ഛൻ ഉണർത്തിക്കൊണ്ടിരുന്നു.

ഇന്ന് തന്റെ കൂടെ യാത്രചെയ്യാൻ അച്ഛനുണ്ടായിരുന്നെങ്കിൽ, എന്ന് ദിനേശനോർത്തുപോയി. എന്തെന്നാൽ *നൃത്തവും കേശവന്റെ വിലാപങ്ങളും* അച്ഛനിലൂടെ കേൾക്കാമായിരുന്നു.

പണ്ട് ദിനേശൻ അനുഭവിച്ചപോലത്തെ തണുപ്പുതന്നെ ഇന്നലെയും അവൻ അനുഭവിച്ചു.

മയൂർ വിഹാറിലേക്കുള്ള വഴിയിൽ. യമുനയുടെ വരണ്ട മാറിൽ പച്ചക്കറികൃഷി സമൃദ്ധമായത് കണ്ട് ദിനേശൻ ആഹ്ലാദിച്ചു. കാരണം, നീരൊഴുക്കില്ലെങ്കിലും ഇങ്ങനെയൊരുപകാരം ചെയ്യാൻ യമുനയ്ക്കാവുന്നല്ലോ എന്നോർത്തുകൊണ്ടുള്ള ആഹ്ലാദം.

സൈക്കിൾറിക്ഷയുടെ തിരിഞ്ഞും മറിഞ്ഞും ഉള്ള കുലുക്കത്തിൽ അവൻ ഭാര്യയോടൊപ്പം ശരിക്കും ചേർന്നിരുന്നു.

സമാചാർ അപ്പാർട്ട്മെന്റിലെ ഇരുപത്തിഒൻപതാം നമ്പർ മുറിക്ക് പുറത്ത് ജയരാജ് കാത്തിരിക്കുന്നുണ്ട്.

തലയിൽ നാമമാത്രമായ മുടി പിറകിൽ മാത്രമായി സ്ഥാനം പിടിച്ചിട്ടുണ്ട്. മിനുസമുള്ള തലയിൽ പൊതിയുന്ന മഞ്ഞ് ജയരാജ് എളുപ്പം തുടച്ചുനീക്കി.

അച്ഛന്റെകൂടെ വന്നകാലത്തെ ഡൽഹി പരിസരം ആകെ മാറിയിട്ടുണ്ട്. യാത്രയ്ക്കിടയിലും ദിനേശൻ ഇതൊക്കെ ഓർത്തുകൊണ്ടിരുന്നു. ഫ്ളാറ്റിനു പുറത്ത് കാവൽപ്പട്ടികളും ഗേറ്റിന് കാവൽക്കാരുംകൂടി വന്നിട്ടുണ്ട്.

എണ്ണം കുറഞ്ഞുവരുന്ന സൈക്കിൾറിക്ഷ ഒറ്റയൊറ്റയായി ഓടുന്നുണ്ട്. പഴയ ഒരോർമപോലെ.

ഒരു രോമക്കുപ്പായംപോലും ഇല്ലാതെയാണ് ദിനേശൻ ഭാര്യയോടൊപ്പം അങ്ങോട്ടുചെന്നത്.

ദിനേശന്റെ ശീലങ്ങൾ പണ്ടേ അറിയുന്ന ജയരാജ് കൂടുതൽ ഒന്നും പറഞ്ഞില്ല.

എല്ലാ ശീലങ്ങളെയും ധിക്കരിക്കുന്നതാ അവന്റെ ശീലം.

പഴയ ഡൽഹി മുതൽ മെട്രോസർവീസ്‌വഴി സുനാമിവരെ ചർച്ചകളിൽ നീണ്ടു.

'ചിയേർസ്' പറഞ്ഞ് വോഡ്ക അകത്താക്കുമ്പോഴേക്കും പ്രീത ഭക്ഷണമെല്ലാം വേഗം മേശമേൽ നിരത്തി.

പിന്നെ ജയരാജിന്റെ വിളികേട്ട് കുറച്ചുകൂടി കടലയെടുത്ത് വേഗം അവളെത്തി.

അനുസരണയുള്ള ആട്ടിൻകുട്ടിയെപോലെ.

പ്രീതയുടെ വലിയ ആകാരത്തെ രണ്ട് ഷാളെങ്കിലും പൊതിഞ്ഞിട്ടുണ്ട്.

"ങ്ങനേണ്ട്.... ശരിക്കും നമ്പൂരീന്റെ സ്കെച്ച് പോലെ.... നമ്പൂരി കണ്ടിനേങ്കല് ഇത്ത്യന്ന്യേങ്ങ് പകർത്ത്വേനും...."

ചിത്രങ്ങൾ കാണുന്ന ശീലമെങ്കിലും ഉള്ളവളായിരുന്നു ദിനേശന്റെ ഭാര്യ.

ദിനേശന്റെ പണിപ്പുരയിൽ ചിത്രങ്ങൾ പൂർത്തീകരിക്കുന്നത് അവൾ കൗതുകത്തോടെ നോക്കിനിന്നിട്ടുണ്ട്.

പാലറ്റിൽ വെർഡിയൻ ഗ്രീനും ഗോൾഡൻ യെല്ലോയും ചേർത്ത് സ്ത്രീരൂപങ്ങളിൽ ചേർത്തുവയ്ക്കുമ്പോൾ അവൾ കൺകുളിർക്കെ കാണും.

ഇക്കാരണങ്ങളൊക്കെക്കൊണ്ടാ പ്രീതയുടെ ആകാരം ഒന്നുണർത്തിച്ചത്. ഓരോ പാർശ്വദൃശ്യങ്ങളിലും ശരിക്കും നമ്പൂതിരിയുടെ സ്കെച്ച് പോലെ.

മീൻകറിയൊഴിച്ചുള്ള വിഭവങ്ങൾ അകത്താക്കുമ്പോൾ പ്രീത ഇടപെട്ടു.

"സുനാമിക്ക് ശേഷാ ഇങ്ങന്യായത്.... ഈ ഭാഗത്താരും ഇപ്പം മീന് വാങ്ങാറില്ല."

നാട്ടുവിശേഷങ്ങളിലൂടെയാണ് ജയരാജിന്റെ വർത്തമാനങ്ങൾ.

ഉണങ്ങിയ അണ്ടി അടുപ്പിലെ കനലിലിട്ട് ചുട്ടുതിന്നുന്നത് മുതലുള്ള പഴയ ജീവിതശീലങ്ങൾ കെട്ടഴിച്ചു. ശരിക്കും മുകുന്ദന്റെ കഥകളിലെ ഓരോ അധ്യായങ്ങൾപോലെ.

കാറ്റ് നിറച്ച ട്യൂബെടുത്ത് നീന്തൽ പഠിക്കാൻ പുഴക്കരയിലേക്ക് ഓടിച്ചെന്ന പഴയകഥകൾ.

റിക്ഷാക്കാരുടെ എണ്ണം ഏറെ കുറയുമെന്നതിനാൽ അക്കൂട്ടത്തിലെ പരിചയക്കാരെ തേടി ദിനേശനോടൊപ്പം ജയരാജും പുറത്തേക്കിറങ്ങി.

പ്രീതയും ഒപ്പം ചേർന്നു. തൊട്ടുരുമ്മിയുള്ള യാത്ര. തെല്ലെങ്കിലും ചൂടേകാനെന്നോണം.

യമുനാതീരത്തെ പ്രകാശനിരകൾ പിന്നിട്ടുകൊണ്ടിരിക്കുന്നത് റിക്ഷയിലെ കണ്ണാടിയിൽ തിളക്കത്തോടെ കണ്ടു.

ദിനേശന്റെ ഭാര്യ അവളുടെ ചുരിദാർ ഷാൾകൊണ്ട് അവനെക്കൂടി പൊതിഞ്ഞു. കുളിരിന്റെ കാഠിന്യം കുറയ്ക്കാൻ.

അവരുടെ എല്ലാ മൗനവും ഭേദിച്ച് റിക്ഷാക്കാരൻ എന്തോ പറയാൻ തുടങ്ങുമ്പോഴേക്കും അവൾ പിടിവിട്ടു.

അവർക്ക് ഇറങ്ങേണ്ടുന്ന സ്ഥലം റിക്ഷാക്കാരന് ശരിക്കും നിശ്ചയം ഉണ്ടായിരുന്നില്ല.

ഏതോ യാത്രക്കാരന്റെ അരികിൽ നിർത്തി സംശയം തീർക്കാൻ. നോക്കുമ്പോൾ, അപരിചിത ഹിന്ദിയിൽ ദിനേശൻ ഇടപെട്ടു.

"മണ്ടീ ഹൗസ് കാ സാമനെ, റൈറ്റ് മെ ജാഓ..."

താമസസ്ഥലത്തെത്തിയതോടെ വണ്ടിയിൽ നിന്നിറങ്ങി വേഗം മുറിയിലേക്ക് പാഞ്ഞു.

തണുത്തുപോയ കമ്പളത്തിൽ ചുരുണ്ടുകൂടിയിട്ടും ഉറക്കം ഏറെ നേരം മാറിനിന്നു.

ഇന്നേരത്തും ദിനേശ് ഓർക്കുന്നത് ജയരാജ് പറഞ്ഞ നാടൻജീവിതവും ശീലങ്ങളും.

ഓരോ ഗ്ലാസ് റാക്ക് കണ്ണുചിമ്മി അകത്താക്കി ചുണ്ട് അമർത്തി ത്തുടച്ച് ഒന്നുരണ്ട് കാന്താരിമുളകും കടിച്ചിറക്കുന്ന ഗോയിന്ദേട്ടനും ചാത്തേ്വട്ടനും ദിനേശന്റെ ഓർമയിലെത്തി.

എല്ലാം മറക്കാതെ പറയാൻ ഇവിടെ ഒരു ജയരാജനുണ്ടല്ലോ.

അച്ഛൻ പണ്ട് പറഞ്ഞ വാക്കുകൾ ദിനേശൻ ഓർത്തു.

"മയ്യേല മൂന്നൻ എഴ്‌ത്യേച്ച കഥപോലെ..."

പുലരുവോളം ദിനേശന് ചുറ്റും നൃത്തംചവിട്ടിയത് മയ്യഴിയിലെ കഥാ പാത്രങ്ങൾ.

അവർ വോഡ്കയുടെ ആലസ്യംപോലും മായ്ച്ചുകളഞ്ഞു.

ഗൗതമൻ എന്ന കഥാകൃത്ത് പറഞ്ഞത്

ശരിയാണ്.

എന്നും ഓർമിക്കുന്ന സുഹൃത്താണ് എനിക്ക് ഗൗതമൻ. ഒരേ ബെഞ്ചിലിരുന്ന് പഠിച്ചതുകൊണ്ടുമാത്രമായിരുന്നില്ല ഈ ഓർമയത്രയും.

കറുത്തിരുണ്ട അവന്റെ രൂപം സഹപാഠികളിലാരെങ്കിലും മറക്കുമെന്ന് തോന്നുന്നില്ല.

എന്റെ ദേശത്ത് ഗൗതമൻ എന്നൊരു പേര് അവന് മാത്രമേയുള്ളൂ. ഒരുപക്ഷെ അതിനാലാവാം അവനുമായി ഞാൻ വേഗമടുത്തത്.

ഞങ്ങൾ പഠിച്ചുപോന്ന സ്കൂളിനടുത്ത് തകർന്നൊരമ്പലം ഞാനിപ്പോഴും ഓർക്കുന്നുണ്ട്.

പലരും പറയാറുള്ളതുപോലെ ഒരു 'നൊസ്റ്റാൾജിയ'. അമ്പലപ്പറമ്പിൽ നിറയെ പുളിമരങ്ങൾ. അതിലൊരു പുളിമരത്തിന്റെ കൊമ്പിൽ ഏതോ ഒരു ശാന്ത പണ്ട് തൂങ്ങിമരിച്ചിരുന്നു. ഈ ദേശമാകെ ശാന്തയെ ഇന്നും ഓർക്കുന്നുണ്ട്.

ആരോ തൂങ്ങിമരിച്ച പുളിമരമാണെന്നറിഞ്ഞ് കുട്ടികളായ ഞങ്ങൾ അവിടെ ചെന്നുനോക്കുക പതിവായിരുന്നു. പേടി കൂടുതലുള്ളവർ അകലെനിന്ന് നോക്കി വേഗം സ്ഥലംവിടും.

ശാന്തയുടെ ആത്മഹത്യയെക്കുറിച്ചുള്ള വിവരം തലമുറകളായി കൈമാറി ഇന്നുവരെ എത്തിനിൽക്കുന്നു.

പുതുതായി സ്കൂളിൽ ചേരുന്നവർ ഒരുതവണയെങ്കിലും അവിടെ ചെന്നു നോക്കും. ഒരാചാരംപോലെ.

ഏതോ സുഹൃത്തുക്കൾ ബാക്കിയാക്കിയ ബീഡിക്കുറ്റി ഗൗതമൻ വലിച്ചു ശീലിച്ചത്, അമ്പലത്തിലേക്കുള്ള ഇടവഴിയിൽ നിന്നാണ്.

അവന് അതെല്ലാം ഇന്നോർമയുണ്ടോ എന്നറിയില്ല. പക്ഷെ ഒരു

കാര്യം അവൻ മറന്നുകാണില്ല, യമുന വരുന്നതും നോക്കി അവൻ കാത്തിരുന്നത്. ഉയരംകൂടിയ യമുനയെ മറ്റു കുട്ടികൾക്കിടയിൽനിന്നും അവൻ വേഗം തിരിച്ചറിയുമായിരുന്നു.

"ശാന്തമായൊഴുകുന്ന നദിയാണ്, അവളെ ഓർക്കുമ്പോൾ മനസിലെത്തുന്നത്." ഗൗതമൻ എന്നോടു മാത്രമേ ഇക്കാര്യമെല്ലാം പറഞ്ഞുള്ളൂ.

ഗൗതമൻ എന്ന പേരുകൊണ്ടുതന്നെ അവൻ സഹപാഠികൾക്കെല്ലാം ഓർമയുള്ളവനായി.

ഇന്ന് ഗൗതമന്റെ കഥ പ്രസിദ്ധീകരിക്കാത്ത പ്രധാനപ്പെട്ട ഒരു വാരികയും കേരളത്തിലില്ല. ഗൗതമന്റടുക്കൽ നീണ്ട കാത്തിരിപ്പാണവർ: ഒരു ചെറിയ കഥയെങ്കിലും കിട്ടാൻ.

പട്ടത്തുവിളയുടെയും എം സുകുമാരന്റെയും കഥകളുടെ മറ്റൊരു പതിപ്പെന്നു പറയാവുന്ന കഥകളുമായി ഗൗതമൻ മലയാള കഥാലോകത്തെ സമ്പന്നമാക്കി.

യാത്രയ്ക്കിടയിൽ എവിടെയെങ്കിലും സഹപാഠികളെ കണ്ടാൽ അവരാദ്യം തിരക്കും:

"എടാ... നിനക്കോർമയുണ്ടോ...? ഗൗതമനെന്നു പറയുന്നൊര്ത്തൻ ഉണ്ടായ്ര്ന്നില്ലെ...?"

"ഓ.... ഓനല്ലെ... കഥയെഴുതുന്ന ഗൗതമൻ... ഓനെത്ര വേഗാ എഴുതിത്തെളിഞ്ഞേ...."

ഗൗതമന്റെ കഥയുണ്ടെങ്കിൽ ഏവരും അതുവാങ്ങി വായിക്കും. എന്തൊരു ക്രാഫ്റ്റ്. നല്ല സാമൂഹ്യവിമർശവും....

മരങ്ങൾക്ക് കീഴെ അന്തിയുറങ്ങുന്ന പാവങ്ങളെക്കണ്ട് ഗൗതമൻ പലപ്പോഴും ക്രോധംകൊണ്ടിരുന്നു. കാണുമ്പോഴൊക്കെ അവൻ ഇക്കാര്യം സൂചിപ്പിക്കാറുണ്ട്.

"എപ്പളാണെടാ... നമ്മുടെ നാട് രക്ഷപ്പെട്ക... എത്ര ആഗസ്ത് പതിനഞ്ച് കഴിഞ്ഞു. മന്ത്രിമാരുടെ സുഖത്തിനൊരു കുറവൂല്ല... മഴപ്പാറ്റകളെപോലുള്ള തൊഴിലാളിവർഗം എന്നാണെടാ രക്ഷപ്പെട്ക..."

ഇങ്ങനെയൊക്കെയാണ് ഗൗതമന്റെ രോഷം.

ഫാക്ടറിയിൽനിന്നുള്ള മലിനീകരണത്തിൽ ജീവിതം തകരുന്നവരെല്ലാം അവന്റെ കഥയിൽ പരാമർശിക്കപ്പെട്ടിട്ടുണ്ട്.

ആധുനികോത്തര കഥകൾ പെയ്തുകൊണ്ടിരിക്കുന്ന ഇക്കാലത്തും ഗൗതമന്റെ കഥകൾ പ്രിയപ്പെട്ടവയായി നിരൂപകർ വാഴ്ത്തിപ്പോന്നു.

എന്റെ ദേശത്ത് വലിയ പാരമ്പര്യം പറയാനുള്ള ഒരു വായനശാലയേ ഉള്ളൂ. ഗാന്ധിജി സ്മാരക ദേശീയ വായനശാല.

ഗാന്ധിജി ജീവിച്ചിരിക്കുമ്പോൾ തന്നെ തുടങ്ങിയതായിരുന്നു അതെന്നാ കേട്ടറിവ്. അന്ന് 'ഗാന്ധിജി വായനശാല' എന്ന പേരിലായിരുന്നു എന്നുമാത്രം.

ഒറ്റമുണ്ട് മാത്രമുടുത്ത ഗാന്ധിജിയുടെ ഒരു ചിത്രം മാത്രം അകത്ത് വായനാമുറിയിൽ കേടുകൂടാതെ തൂങ്ങിനിൽക്കുന്നുണ്ട്.

പഴകി ദ്രവിച്ച ബഞ്ചുകളാണ് അകത്തുള്ളതെല്ലാം. അകത്ത് ഇരിക്കാൻ പറ്റാത്തതിനാൽ, കഴിഞ്ഞ ആഴ്ചയിലൊരുദിവസം അതിന്റെ ചേതിയിൽ ഞങ്ങൾ കൂടിനിന്നു. ഞങ്ങൾ എന്നുപറഞ്ഞാൽ അതിലേറെയും സഹപാഠികൾ. പഴയ കഥകളോരോന്നും ഓർക്കുന്നതിനിടയിലാ ഗൗതമന്റെ വരവ്. അവൻ, ഞങ്ങൾക്കിടയിൽ വേഗം തിരിച്ചറിയപ്പെട്ടു. പിന്നെ അവന്റെ കഥാവിശേഷങ്ങളിലേക്ക് ഏവരും വേഗം തിരിഞ്ഞു.

"ഗൗതമാ... കഥയിലും ജീവിതത്തിലും താൻ ഉശിരനായൊരു പോരാളിയായിരുന്നല്ലോ... ബോംബെയിലെ മിൽതൊഴിലാളികൾ സമരം ചെയ്യുമ്പോൾ അവരുടെ സമരബോധത്തെ ഉണർത്തിവിടാൻ പോന്ന എത്ര കഥകളെഴുതി താൻ.... ഇപ്പളെന്താ... അമ്മാതിരിയൊന്നും... ശാന്തമായൊഴുകുന്ന 'യമുന' ഓർമയിലെത്തിയോ.... പറയൂ ഗൗതമാ..."

സൗഹൃദഭാഷണങ്ങളിൽ എന്നും പുലർത്തിപ്പോന്ന മിതത്വം അന്ന് അവൻ പൂർണമായും തകർത്തു.

ഗൗതമൻ വാചാലനായി.

"ഞാനിന്ന് പുതിയൊരു കഥയെഴുതാൻ പോവുകയാണ്. 'നനഞ്ഞ രാവിന്റെ ഓർമയിൽ' എന്നപേരിലാണ് കഥ. അഥവാ ഒരു രാത്രിയിലെ അനുഭവം."

കഥയിൽ ഉൾപ്പെടുത്താൻ പോകുന്ന കാര്യങ്ങൾ അവൻ സവിസ്തരം പ്രതിപാദിച്ചു. മഴച്ചാറൽ കാര്യമാക്കാതെ ഞങ്ങൾ അത് ശ്രദ്ധയോടെ കേട്ടുകൊണ്ടിരുന്നു.

"കഴിഞ്ഞ മാസം ഞാൻ ടൗണിൽ ചെന്നതായിരുന്നു. അവസാനത്തെ ബസും കിട്ടാതെ വന്നപ്പോൾ മുൻസിപ്പൽ ഓഫീസിന്റെ സമീപത്ത്, എന്തെങ്കിലും വാഹനംനോക്കി കാത്തുനിന്നു."

മഴപെയ്ത് തീർത്ത നനവ് റോഡിൽ അങ്ങിങ്ങ് തളംകെട്ടിനിൽക്കുന്നുണ്ട്.

ചിലേടത്ത് അത് എരുമച്ചാണകത്തെ ചേർത്ത് കലക്കിയിട്ടുണ്ട്. ഗാന്ധി പ്രതിമയിലേക്ക് മെർക്കുറിബൾബ് പ്രകാശം വിളമ്പിക്കൊണ്ടിരിക്കുന്നു. ഏറെനേരം കാത്തിരുന്നിട്ടും എന്റെ ദേശത്തേക്കുള്ള ഒരു വാഹനവും കിട്ടിയില്ല.

ആളൊഴിഞ്ഞുകൊണ്ടിരിക്കുന്ന നഗരത്തിൽ അപരിചിതനെപ്പോലെയായി ഞാൻ.

പീടികകളെല്ലാം അടച്ചുതുടങ്ങി.

പരിചയമുള്ള ഒരു ചെറുപ്പക്കാരൻ നടന്നു തളർന്ന് എന്റെ മുന്നിലെത്തി.

രാവിലെ മുതലേ അവൻ പീടികകൾ കയറിയിറങ്ങുകയായിരുന്നെന്നും അവന് ആവശ്യമുള്ള സാധനം ഒരിടത്തുനിന്നും കിട്ടിയില്ലെന്നുമാണ് അവൻ പറഞ്ഞത്. അവന്റെ അച്ഛനെ പണ്ടേ എനിക്കറിയാമായിരുന്നു.

കിട്ടാട്ടൻ.

എന്റെ ദേശത്ത് ചുരുട്ട് ഇന്നും വലിച്ചുകൊണ്ടിരിക്കുന്ന ഒരേയൊരു കിട്ടാട്ടൻ.

എന്റെ അമ്മയുടെ വകയിലെ അകന്ന ബന്ധുവായതു കൊണ്ടുമാത്ര മായിരുന്നില്ല അവരെ പരിചയം.

കിട്ടാട്ടന്റെ പാർട്ടീടെ ഏത് ജാഥയിലും കൊടിപിടിച്ച് മുന്നിലുണ്ടാവുക അവർ തന്നെയാ.

കിട്ടാട്ടൻ കൊടിയുമായി മുന്നിൽ നീങ്ങുമ്പോൾ ജാഥയ്ക്ക് തന്നെ എന്തൊരുശാറാന്നറ്യോ....?

വല്ലാത്തൊരു പാർട്ടിക്കൂറാ.... കിട്ടാട്ടന്.

വിദേശ ഉൽപ്പന്നങ്ങളെല്ലാം കിട്ടാട്ടന് വർജ്യമായിരുന്നു. അങ്ങനെയുള്ളതൊന്നും വാങ്ങിക്കരുതെന്ന് പണ്ടേ മക്കളെ പഠിപ്പിച്ചിട്ടുണ്ടായിരുന്നു.

അങ്ങനെയാണ് ഒരുനാൾ സ്വദേശി ഉൽപ്പന്നം മാത്രം വാങ്ങിക്കാനായി മകനെ നഗരത്തിലേക്കയച്ചത്. പരിചയക്കാരന്റെ സ്കൂട്ടറിൽ പിൻപറ്റി മാർക്കറ്റിൽ എത്തുമ്പോഴേക്കും വിദേശ ഉൽപ്പന്നങ്ങൾ മാർക്കറ്റ് കീഴടക്കിയിരുന്നു.

കടകളിൽനിന്നു കടകളിലേക്ക് അവൻ കയറിച്ചെന്നു. രാത്രിവരെ അവൻ പരതിക്കൊണ്ടിരുന്നു.

കടകൾ അടച്ചുതുടങ്ങി. അങ്ങനെയാണ് അവൻ സമീപത്തെ കടൽക്കരയിലേക്കു ചെന്നത്. അപ്പോൾ പടിഞ്ഞാറുനിന്നും ഒഴുകിയെത്തിയ കാറ്റിനും വിദേശഗന്ധം.

നാടൻ ഉൽപ്പന്നങ്ങൾ എവിടുന്ന് കിട്ടുമെന്നാ അവനറിയേണ്ടത്.

വിദേശ ഉൽപ്പന്നങ്ങൾ നിറഞ്ഞുനിൽക്കുന്ന ഒരു നഗരമധ്യത്തുനിന്നു ഞാനെന്തു പറയാനാണ് അവനോട്. വിശേഷിച്ച് ജലാശയങ്ങളിൽപ്പോലും സൗധങ്ങൾ ഉയരുകയും പരൽമീനുകൾ കരയിൽ വാ പിളർക്കുകയും ചെയ്യുന്നേരത്ത് അവനോടെന്തു പറയാൻ.

എന്റെ ദേശക്കാരനായതിനാൽ, നഗരത്തിൽ ഞാൻ ഒറ്റപ്പെട്ടില്ലല്ലോ എന്ന ആശ്വാസമായിരുന്നു എനിക്കപ്പോഴും. നഗരമധ്യത്തിലെ കൊടിമരത്തിൽ നനഞ്ഞൊട്ടിയ കൊടി കാറ്റിൽ ഉണങ്ങിപ്പാറുന്നത് ഒടുവിലാണവൻ കണ്ടത്.

“അതെന്തായാലും ഇന്ത്യനാണല്ലേ?” എന്ന ചോദ്യം മാത്രമാണ് അവൻ ചോദിച്ചത്. ഞാനെന്തെങ്കിലും പറയുമ്പോഴേക്കും അവൻ കൊടി കൈക്കലാക്കിയിരുന്നു. പിന്നെ അത് മുകളിലോട്ട് ഉയർത്തിപ്പാറിച്ച് അവൻ വേഗം കുതിക്കുന്നുണ്ടായിരുന്നു.

ആ കുതിപ്പിൽ അത് നന്നായി ഉണങ്ങിക്കൊണ്ടിരുന്നു.

അതിനു കൊടുത്ത ചായം എവിടുന്നോ ഇറക്കുമതി ചെയ്തതാണെന്ന് ഞാൻ പറയാനോങ്ങിയെങ്കിലും അവൻ വളരെ മുന്നിലെത്തിക്കഴിഞ്ഞിരുന്നു.

അവൻ കിതയ്ക്കുമ്പോൾ അവന്റെ പിന്നിൽ അനേകായിരങ്ങൾ ഒന്നിച്ചുചേർന്നിരുന്നു. അവന്റെ കിതപ്പ് ഏറ്റുവാങ്ങാൻ കൊടിയും....”

ഇത്രയും പറഞ്ഞ് ഗൗതമൻ അവസാനിപ്പിച്ചു. ഒരു മഴകൂടി വട്ടം കൂടുന്നുണ്ട്.

ഞങ്ങൾ സുഹൃത്തുക്കളെല്ലാം നാലുദിക്കിലേക്കും പോകാനൊരുങ്ങി.

“ഞാനിനി ഇക്കാര്യങ്ങൾ ചേർത്ത് തികച്ചും പുതിയൊരു കഥ എഴുതാനൊരുങ്ങട്ടെ... നിരൂപകനായ സുഹൃത്ത് എൻ ശശിധരൻ എന്ത് വിലയിരുത്തിയാലും ശരി...”

ഗൗതമൻ കിട്ടാട്ടനെയും മകനെയും ഒടുവിൽ നഗരത്തിലെ കൊടിയും മനസിലോർത്ത് പുതിയ കഥയെഴുതാൻ നടന്നുപോയി.

●

കഥ പുറത്തുവരുമ്പോഴേക്കും ഗാന്ധിജി സ്മാരക ദേശീയ വായനശാല എന്താവുമെന്നാ എല്ലാരുമോർത്തത്.

ഞങ്ങൾ തിരിച്ച് നടക്കുമ്പോഴേക്കും എല്ലാ വഴികളിലും ഇരുട്ട് ശക്തമായി ഒഴുകിയെത്തി. ഒരു പ്രകാശലാഞ്ചനയുമില്ലാതെ.

“അച്ഛാ, ഇനിയുമൊരിക്കൽ ഞാൻ മാർക്കറ്റിൽ ചെല്ലുമ്പോഴേക്കും ഗാന്ധിജിയുടെ ചിത്രത്തിനും പേറ്റന്റ് പ്രഖ്യാപിക്കുമോ....?”

മോന്റെ ചോദ്യം അത്ഭുതത്തോടെ കിട്ടാട്ടൻ ശ്രദ്ധിക്കുന്നത്, കാറ്റിലിളകുന്ന മെഴുകുതിരി വെളിച്ചത്തിൽ ഞങ്ങളെല്ലാം കണ്ടു.

●

കവി സുഹൃത്തുക്കൾ പറയാതെ പോയത്

അടിയന്തരാവസ്ഥ പിൻവലിച്ചപ്പോൾ ഏറെക്കാലം തെരുവ് നാടകങ്ങളും കവിയരങ്ങുകളുംകൊണ്ട് സജീവമായിരുന്നു നഗരം. ഏറെ വർഷങ്ങൾക്കുശേഷമാണ് കഴിഞ്ഞമാസം നഗരത്തിൽ ഒരു കവിയരങ്ങ് നടന്നത്. ഏറെക്കാലത്തെ മൗനത്തിനുശേഷം വീണ്ടും ഒത്തുകൂടിയ ഒരാൾക്കൂട്ടമായിരുന്നു സംഘത്തിനു പിന്നിൽ. കൃത്യമായി പറഞ്ഞാൽ അൽപ്പം സെക്ടേറിയനിസ്റ്റുകൾ. എഴുപതുകളിലെ സജീവസാന്നിധ്യമായിരുന്നു അവരേവരും. 'കോമ്രേഡ്' പ്രചരിപ്പിച്ചതിന് പൊലീസ് സ്റ്റേഷനിൽ സാങ്കൽപ്പികകസേരയും ഗരുഡൻതൂക്കവും ഉപഹാരമായി കിട്ടിയവർ. ഇബ്രാഹിം അവർക്കിടയിലെ കരുത്ത് തന്നെയായിരുന്നു.

ഒടുവിൽ പ്രായോഗിക തലത്തിൽ പരാജയംപൂണ്ട തീവ്രവാദ ലൈനിൽനിന്നും എല്ലാവരും മാറിനിന്നു. കൂടുതൽ സെക്ടേറിയനല്ലാത്ത കമ്യൂണിസ്റ്റുനിലപാടിൽ ഒത്തുപോകാനും അവർക്കായില്ല. എന്തെന്നാൽ, അതൊക്കെ 'ശീതീകരിച്ച കമ്യൂണിസ്റ്റ് ലൈനെ'ന്നായിരുന്നു ഇബ്രാഹിം സ്റ്റഡി ക്ലാസുകളിൽ പ്രവർത്തകരെ ഓർമിപ്പിച്ചിരുന്നത്.

പിന്നെയെങ്ങനെ ഒത്തുപോകാൻ.

സമകാലിക പ്രശ്നങ്ങളെക്കുറിച്ചെല്ലാം യുവകവികൾക്ക് പറയാനുള്ളത് നാട്ടുകാർ കേൾക്കട്ടെയെന്ന് എല്ലാവരും തീരുമാനിച്ചു.

മഴ ഏതാണ്ട് വിട്ടുമാറിയാൽ കവിയരങ്ങ് നടത്താമെന്ന ധാരണ പ്രകാരമാണ് കഴിഞ്ഞമാസത്തെ ഒരു ശനിയാഴ്ച ഇതിനായി തെരഞ്ഞെടുത്തത്.

ഇടതുപക്ഷ മേഖലയിലെ ശക്തരായ കവികൾ മുതൽ പ്രമോഷൻ ട്രാൻസ്ഫറായി സമീപകാലത്ത് നഗരത്തിൽ കുടിയേറിയ ശ്രീകുമാരൻവരെ കവിയരങ്ങിൽ പങ്കുകൊണ്ടു.

കവിയരങ്ങിന് എല്ലാ ഒരുക്കങ്ങളും ചെയ്തുകൊടുത്തത് ഉത്തമനാണ്. കവിയരങ്ങ് തുടങ്ങിയതോടെ സദസിൽ പിൻനിരയിൽ അവൻ ഇരിപ്പിടം കണ്ടെത്തി.

എപ്പോഴും അങ്ങനെയുള്ള കൂട്ടക്കാരനാണ് അവൻ. നഗരത്തിലെ ഏത് സാംസ്കാരിക പരിപാടിയിലെയും സജീവത ഉത്തമന്റേത് തന്നെയാണ്. മറ്റു പല എഴത്തുകാരെയുംപോലെ കവിതയെഴുതി ഒടുവിൽ കഥാകൃത്തായി മാറുകയായിരുന്നു ഉത്തമനും. എത്തിച്ചേർന്ന കവികളെല്ലാം അവന്റെ സുഹൃത്തുക്കളും.

ഇടത് ബുദ്ധിജീവിനിരയിലെ തലമുതിർന്ന സാന്നിധ്യമായ കുഞ്ഞപ്പനാണ് ആദ്യം കവിത ചൊല്ലിയത്. കവിതയിലേക്ക് കടക്കുംമുമ്പേ കുഞ്ഞപ്പൻ ഇങ്ങനെ പറഞ്ഞു:

"എന്റെ കവിത നിങ്ങൾക്ക് തരുന്നതിന് മുന്നേ രണ്ടുവാക്ക്. രണ്ടേ രണ്ടു വാക്ക്. സാമ്രാജ്യത്വ കുടിലതന്ത്രം മുതൽ പെൺഭ്രൂണഹത്യവരെ നടമാടുന്ന ഇടമാണ് ഇത്. ഒരു മന്ത്രിക്ക് വേണ്ട യോഗ്യത റജീന നമ്മെ ഓർമപ്പെടുത്തുന്നുണ്ട്. ഇനി എന്റെ കവിതയിലേക്ക്."

ലോകത്ത് പെയ്തുകൊണ്ടിരുന്ന എല്ലാ പീഡനങ്ങളുടെയും രാക്ഷസീയത മുഴക്കത്തോടെ രണ്ടുമിനിട്ടിലൊതുക്കി കുഞ്ഞപ്പൻ കവിതയിലേക്ക് കടന്നു.

ഏതോ ഒരു എട്ടുവയസുകാരിയെ കാമവെറിയൻ പീഡിപ്പിച്ചത് കുഞ്ഞപ്പന്റെ കവിതയിൽ നിറഞ്ഞുനിന്നു. ഒടുവിലത്തെ വരിയിലേക്ക് കടക്കുമ്പേഴേക്കും വൻ പ്രതിഷേധത്തിന്റെ കനൽരൂപം പ്രാപിച്ചിരുന്നു.

രണ്ടാമത് കവിത ചൊല്ലിയത് സുമേഷാണ്. വലതുപക്ഷ സാംസ്കാരിക ജീർണതകൾക്കെതിരെ കൊടുങ്കാറ്റുപോലെ ജില്ലയിലെമ്പാടും പ്രസംഗിച്ചും കവിതചൊല്ലിയും ഓടിനടക്കുന്നവനാണ് അവൻ.

തന്റെ വർഗപക്ഷപാതിത്വത്തിന്റെ ന്യായീകരണങ്ങൾ നിർദാക്ഷിണ്യം പ്രഖ്യാപിക്കുന്ന സുമേഷിന്റെ ആമുഖത്തെ സദസ് കൈയടിയോടെ സ്വീകരിച്ചു.

കവിതയിലാണെങ്കിൽ ജനപ്രിയ കമ്യൂണിസ്റ്റായ എ കെ ജി യുടെ സമകാലിക ആഹ്വാനങ്ങളായിരുന്നു. താലൂക്കാഫീസിന്റെ തിരിവിൽനിന്നും എ കെ ജി കമ്യൂണിസ്റ്റുകാരോട് വിളിച്ചുപറയുന്നതാണ് കവിതയിലെങ്ങും.

ഘോരമായ കൈയടിയിൽ അവസാനവരികൾപോലും അവ്യക്തത പൂണ്ടു.

ഇതൊക്കെയായിട്ടും ഉത്തമൻ അനങ്ങിയില്ല. അവൻ പ്രതീക്ഷിക്കുന്നത് മറ്റെന്തോ ആണെന്നുമാത്രം.

മുത്തങ്ങയിൽ കിടപ്പാടത്തിനുവേണ്ടി ആദിവാസികൾ നടത്തിയ പോരാട്ടമായിരുന്നു ബാലഗോപാലിന്റെ കവിതയുടെ പ്രമേയം. വിറകുകമ്പുകൊണ്ട് ചെറുത്തുനിൽക്കുന്ന ആദിവാസികൾക്കുനേരെ വെടിയുണ്ടയുതിർക്കുന്നതും മറ്റും തന്റെ തീപാറുന്ന മനസോടെ അവതരിപ്പിച്ചു.

എന്നിട്ടും ഉത്തമൻ അനങ്ങാതെയിരുന്നു.

നേതാവ് പറഞ്ഞ റൈറ്റും ചിതാഭസ്മം പറഞ്ഞ റോങ്ങും ഇടകലർത്തി ശ്രീകുമാരൻ ചൊല്ലിയ കവിത നാലുവരിമാത്രം.

ഒടുവിൽ കടന്നെത്തിയ പവർകട്ടിൽ, മെഴുകുതിരിയുടെ വെളിച്ചത്തിലാണ് മറ്റ് കവികളെല്ലാം കവിത ചൊല്ലിയൊപ്പിച്ചത്.

കവിയരങ്ങ് അവസാനിക്കുമ്പോഴും വൈദ്യുതി ബന്ധം പുനഃസ്ഥാപിച്ചിരുന്നില്ല.

പ്രതീക്ഷിച്ച വിഷയം ആരും കൈകാര്യം ചെയ്യാതെ പോയതിൽ തികഞ്ഞ അമർഷമാണ് ഉത്തമനുള്ളത്.

മെഴുകുതിരിക്ക് ചുറ്റും അനേകായിരം പ്രാണികൾ വട്ടംകറങ്ങുന്നുണ്ട്. അതെല്ലാം കടന്ന് പ്രകാശം അവന്റെ മുഖം കൂടുതൽ ചുവപ്പിച്ചു.

തന്റെ പ്രതീക്ഷകളിലേക്ക് എത്താതെപോയ കവികളെക്കുറിച്ചാണ് ഉത്തമന്റെ രോഷം മുഴുവൻ.

മൃഗീയതയ്ക്കെതിരാണ് ഉത്തമന്റെ എല്ലാ ആലോചനയും.

അനേകായിരങ്ങളെ വിഷം കുടിപ്പിക്കുന്ന കോള കമ്പനികളുടെ മൃഗീയത.

സമീപകാലത്ത് ഇത് വിഷയമാക്കി ഉത്തമൻ ഒരു കഥ എഴുതിയിരുന്നു.

'സ്വാഗതം ചെയ്യുന്ന മരണം' എന്ന പേരിലുള്ള കഥ ഈയിടെ *യുവലോകം* മാസികയ്ക്ക് അയച്ചിരുന്നു. കൃത്യം പറഞ്ഞാൽ ആറുദിവസം കൊണ്ട് യാതൊരു പോറലുമേൽക്കാതെ 'സ്വാഗതം ചെയ്യുന്ന മരണം' തപാലിൽ തിരികെയെത്തി.

പത്രാധിപരുടെ കത്തോടെയാണ് കഥ മടക്കി അയച്ചത്. കഥാവിഭാഗത്തിന്റെ ചുമതലക്കാരനായിരുന്ന അരുൺ കെ നമ്പ്യാർ അവസാനം കൊയ്യൊപ്പും രേഖപ്പെടുത്തീട്ടുണ്ട്.

കത്തിൽ പറയുന്നത് ഇപ്രകാരം:

കോഴിക്കോട്
...........10
From
അരുൺ കെ നമ്പ്യാർ
എഡിറ്റർ ഇൻ ചാർജ്
യുവലോകം മാസിക
കോഴിക്കോട്.

പ്രിയ ഉത്തമൻ,

താങ്കളയച്ചു *തന്ന സ്വാഗതം ചെയ്യുന്ന മരണം* കൈപ്പറ്റി. കഥ പ്രസിദ്ധീകരിക്കാൻ കഴിയാതെ വന്ന വിവരം അറിയിക്കുന്നു.

സ്നേഹപൂർവം
അരുൺ കെ നമ്പ്യാർ (ഒപ്പ്)
എഡിറ്റർ ഇൻചാർജ്

ഉത്തമൻ കത്ത് തുണ്ടംതുണ്ടമാക്കി. കീറിയത് പിന്നെയും കീറി ക്കൊണ്ടേയിരുന്നു. ഒടുവിൽ ഉള്ളം കൈയിലിട്ട് നീട്ടിപ്പിടിച്ച് അന്തരീക്ഷ ത്തിലേക്ക് ഊതിവിട്ടു.

നൂൽബന്ധം നഷ്ടപ്പെട്ട പട്ടങ്ങൾപോലെ അന്തരീക്ഷത്തിൽ നില നിൽക്കാനാവാതെ കീഴോട്ടേക്ക് പ്രാപിച്ചുകൊണ്ടിരുന്നു.

അത് എന്തേ തിരസ്കരിച്ചത് എന്നായി ഉത്തമന്റെ അന്വേഷണം. അരുണിന്റെകൂടെ കോളേജിലുണ്ടായിരുന്ന മധുവിന്റെ സഹോദരിയാണ് ഉത്തമന്റെ ഭാര്യ.

തന്റെ കഥ ഒഴിവാക്കിയതിന്റെ കാരണമറിയാൻ ഈ ബന്ധവും ഉപ യോഗിച്ചു.

നമ്മുടെ സ്വാതന്ത്ര്യമാകെ പണയപ്പെട്ടുകൊണ്ടിരിക്കുമ്പോൾ, നമ്മുടെ നിലനിൽപ്പ് വിദേശികൾ തീരുമാനിക്കുമ്പോൾ എങ്ങനെ അട ങ്ങിയിരിക്കാനാവും?'

ജോലിസമയവും പഠിപ്പിന്റെ നേരവും കഴിഞ്ഞ് ഏവരും റിമോട്ടിൽ വിരലമർത്തിക്കൊണ്ട് ക്രിക്കറ്റും മസാലനൃത്തങ്ങളും കണ്ടുകൊണ്ടിരി ക്കുമ്പോൾ, ഹർത്താൽ പ്രഖ്യാപനം കേട്ടപാടെ മിലിട്ടറി വിസ്കിക്ക് ബുക്ക് ചെയ്തിരിക്കുമ്പോൾ അവരോടും ഉത്തമൻ ചോദിക്കുന്നത് ഇതൊ ക്കെതന്നെയാണ്.

ഒടുവിൽ അരുൺ കെ നമ്പ്യാർ തന്നെ സത്യാവസ്ഥ പുറത്ത് വിടു കയായിരുന്നു.

"എടോ ഉത്തമാ.... കഥയൊക്കെ നന്നായിട്ടുണ്ട്. പക്ഷേ, ഞങ്ങളുടെ അടുത്ത ഓണപ്പതിപ്പ് ഒന്നാംഭാഗം മുഴുവനും സ്പോൺസർ ചെയ്യാമെന്ന് കോളകമ്പനി ഏറ്റിരിക്കുകയാ... ഞങ്ങളെന്തു ചെയ്യും? ഉത്തമൻ... പറ..."

കവിസുഹൃത്തുക്കൾ പറയാതെ പോയതും വല്ല സ്പോൺസർ ഷിപ്പും കണ്ടാണോ?

അങ്ങനെയാവാൻ തീരെ തരമില്ല. എന്തുകൊണ്ടെന്നാൽ വിപ്ലവത്തെ കുറിച്ചല്ലാതെ മറ്റൊരു ചിന്തയുമില്ലാത്തവരാണവർ.

ഊണിലും ഉറക്കിലുമെന്നപോലെ.

ഉത്തമന്റെ രോഷം ചുവന്ന കോള നിറച്ച കുപ്പികളെ പിന്നെയും ചോപ്പിച്ചു. പക്ഷേ, പാതിരാവിലെ നക്ഷത്രങ്ങൾ അതിനിടയിൽനിന്നും തിളങ്ങുന്നുണ്ട്.

ഇവിടെ ഒരു പൗരമുഖ്യൻ ഇങ്ങനെ

കുറെ നായ്ക്കൾ ഒച്ചവെച്ചുകൊണ്ടിരിക്കുന്നു. അതും പാതിരാനേരത്ത്.

എന്റെ ഗാഢനിദ്രയെ പലപ്പോഴും അലോസരപ്പെടുത്തിയതും ഇതുതന്നെ. മിക്കപ്പോഴും രാത്രിഭക്ഷണം ആറിത്തണുത്ത് കഴിക്കാനേ എനിക്കായുള്ളൂ.

നേരംവൈകിയുള്ള യാത്ര. നിശയുടെ നിശ്ശബ്ദതയെ ഭേദിക്കുന്നത് എന്റെ കാൽപ്പെരുമാറ്റം മാത്രം. നാഴികകൾ താണ്ടി വേഗം നടന്നെത്തുമ്പോൾ നായ്ക്കൾ അടുത്തുകൂടുന്നു. എന്റെ കാലൊച്ച അകലങ്ങളിൽ നിന്നുതന്നെ അവ തിരിച്ചറിയുന്നു എന്നുവേണം കരുതാൻ. പിന്നെ മൂളുകയും മുരളുകയും ചെയ്ത് അവയുടെ പരിചയനാട്യം.

പാതിരാത്രിയിൽ ഞെട്ടിയുണർന്ന ഞാനറിയുന്നത്, കുറെ നായ്ക്കൾ ഒച്ചവെച്ച് ഓടുന്നതായിരുന്നു. കുറേ നാളായി ഇത് തുടരുന്നു. എങ്ങോട്ടേക്കാണ് അവ ഓടുന്നത് എന്നറിയണമെന്നായി ഞാൻ. കഴിഞ്ഞ വ്യാഴാഴ്ച രാത്രി അതിനൊരുങ്ങുകയും ചെയ്തു.

•

ഇടുങ്ങിയ ഇടവഴിയുടെ അവസാനം. ഒരോലപ്പുരയുടെ മുമ്പിൽ. രണ്ടുമുറിമാത്രമുള്ള ഈ കുടിലിനകത്താണ് പങ്കജാക്ഷി വർഷങ്ങളായി താമസം. ഏകമകൻ സുശീലൻ തെക്കൻ ജില്ലയിലെവിടെയോ വർഷങ്ങളായി ഗുമസ്തന്റെ പണിനോക്കുന്നു; ഫയലുകൾക്കിടയിൽ കാലം കഴിയുവാനായി. അവധിക്കാലത്ത് ചുരുക്കംനാൾ അവൻ വീട്ടിലുണ്ടാവുന്നതൊഴിച്ചാൽ, പങ്കജാക്ഷി തനിച്ചാണ്.

തലയിൽ നരയ്ക്കാനിനി ഏറെയൊന്നുമില്ലെങ്കിലും ശരീരപ്രകൃതം

നാൽപ്പതിനോടടുത്തേ തോന്നിക്കൂ. പങ്കജാക്ഷി തനിച്ചാ താമസമെന്ന നിഗമനംതന്നെ തെറ്റാണെന്ന് അടുത്തകാലത്താണ് അറിഞ്ഞത്.

എന്തെന്നല്ലേ.

ഇടുങ്ങിയ ഇടവഴിയിലൂടെ പകൽപോലും പലരും പതുങ്ങിയെത്തുന്നു.

പങ്കജാക്ഷിയുടെ അടുത്തേക്ക്. പിന്നെയല്ലേ രാത്രി.

ഏതെല്ലാം തരക്കാർ, എന്തിനേറെ പൗരമുഖ്യർപോലും.

പങ്കജാക്ഷിയുടെ അടുത്ത് നാലാളേറെ എത്തിയാൽ കണ്ണൻനായർക്കെന്തായാലും അറിയാം. അയാളുടെ ഗുംട്ടീലാ ആദ്യവരവ്.

മടിക്കുത്തിൽ നിറയെ പച്ചനോട്ടുകൾ തിരുകി നിറച്ച്, മുറുക്കിച്ചുവപ്പിച്ചോണ്ട് ഒരു വരവുണ്ട്.

കോഴിമുട്ട... പൂവൻപഴം... തുടങ്ങി നീളുന്ന പട്ടിക.

കച്ചോടക്കോള് കുറഞ്ഞാൽ ചാക്കുമറയ്ക്കിടയിലൂടെ കണ്ണൻനായർ തുറിച്ചുനോക്കും. പങ്കജാക്ഷീടെ വരവ്ണ്ടോന്ന്.

കഴിഞ്ഞ ഒന്നുരണ്ടുമാസമായി കോളൽപ്പം കുറവാ. ഏകമകൻ സുശീലൻ അമ്മയോടൊപ്പംതന്നെ കഴിയുന്നു. അതുകൊണ്ട് മറ്റിനം വരവിലാ ഇടിച്ചിൽ. ഏതോ മാരകരോഗത്തിന്റെ പിടിയിലമർന്നിരിക്കയാണവൻ. ബ്രെയിൻ ട്യൂമറെന്നാ കേൾവി. അകത്തെ ചൂടിക്കട്ടിലിൽ ഒട്ടിക്കിടക്കുകയാണവൻ.

“പണ്ടെത്ര ഉശിരുള്ള തടിയാ...”

വന്നുകണ്ടവരെല്ലാം അതിശയിച്ചു. അബോധത്തിന്റെ ആഴത്തിലേക്ക് കാൽനീട്ടി നിൽക്കുന്നവനെയാ ഇന്നലെ ഞാൻ കണ്ടത്.

ശ്വാസഗതിക്കനുസരിച്ച് കഫം വലിഞ്ഞുകേറുന്നു. പങ്കജാക്ഷി മകന്റെ കാൽക്കീഴിലിരുന്ന് കാലിൽത്തടവി ആശ്വാസച്ചൂട് ചൊരിഞ്ഞുകൊണ്ടേയിരിക്കുന്നു.

അകത്ത് മൗനം തളംകെട്ടിനിൽക്കെ ശ്വാസനാളത്തിലൂടെ വലിഞ്ഞുകേറുന്ന കഫത്തിന്റെ ശബ്ദം ആരെയും ഭയപ്പെടുത്തുംമട്ടിൽ.

മൗനത്തിന് കൂട്ടായി മാറാനേ എനിക്കായുള്ളൂ. നേരമിരുട്ടുംമുമ്പേ ഞാനവിടുന്ന് തിരിച്ചു.

•

ഇന്നലെ രാത്രി വീട്ടിൽ വൈകിയെത്തുമ്പോൾ നാഴികയ്ക്കപ്പുറത്തുനിന്നും പിന്തുടരുന്ന നായ്ക്കളെ കണ്ടതേയില്ല.

വീടിനടുത്തെത്തുംവരെ.

അടുത്ത ഇടവഴിയിലാരോ കുനിഞ്ഞിരിക്കുന്നതായി തോന്നി.

ഇടവഴിയിലേക്ക് രണ്ടടികൂടി മാറിനിന്ന് ശ്രദ്ധിച്ചു. കുനിഞ്ഞിരുന്നത് ആൾരൂപമല്ലെന്ന് അപ്പോഴേ ബോധ്യമായുള്ളൂ.

എന്റെകൂടെ പരിചയംനടിച്ച് മുരണ്ടെത്തുന്ന നായ്ക്കൾ. അവ ജീവശാസ്ത്രപരമായ കടമ നിർവഹിക്കുകയായിരുന്നു.

നേരമേറെ കഴിഞ്ഞാണ് ഇന്നലെയും ഉറങ്ങാൻ കിടന്നത്. പകലേറെ നടന്നതിന്റെ ക്ഷീണം നന്നായി ഉണ്ടായിരുന്നു. എന്നിട്ടും എന്നെ സ്വീകരിക്കാൻ വൈമുഖ്യംകാട്ടി ഉറക്കം എങ്ങോ ഒതുങ്ങിനിന്നു.

എന്തൊക്കെയോ പകൽ വിശേഷങ്ങൾ ഭാര്യ പറഞ്ഞുകൊണ്ടേയിരുന്നു. അതിലൊന്നും എനിക്ക് ശ്രദ്ധിക്കാനായില്ല.

മേൽച്ചുവരിൽത്തന്നെ നോക്കിനിന്ന എന്നിലേക്ക് വേഗം കടന്നുവന്നത്, ശ്വാസനാളത്തിലൂടെ കഫം വലിഞ്ഞുകേറുന്ന നേർത്ത ശബ്ദം മാത്രം.

എനിക്കിനിയും കൈവരിക്കാനാവാത്ത ഉറക്കത്തെ ശപിച്ചുകൊണ്ടിരിക്കേ നായ്ക്കളുടെ ഓട്ടം ഒരിക്കൽക്കൂടി ഞാനറിഞ്ഞു.

സംഘം ചേർന്നുള്ള ഓട്ടം. അവ ഒച്ചവച്ചുകൊണ്ടോടി തീർത്തത് പങ്കജാക്ഷിയുടെ പുരയിടത്തിനടുത്തായിരിക്കുമെന്ന ഊഹത്തിലെത്താനേ എനിക്കിന്നലെ ആയുള്ളൂ. സത്യമതു തന്നെയാണെന്നറിഞ്ഞത് നട്ടുച്ചയ്ക്കാണ്.

ഇന്നലെ നായ്ക്കൾ പിന്തുടർന്നത് ഏതോ ഒരു പൗരമുഖ്യനെ.

●

ഒരന്യപുരുഷന്റെ കൈകൾക്കിടയിൽ ഏങ്ങലുകൾ ഉയരുന്നു.

മരണമണി ഓർത്തിരിക്കുന്നവന്റെ കാതുകളിൽ അത് വേഗം വന്നലച്ചു.

സർവശക്തിയും സംഭരിച്ച് എഴുന്നേൽക്കാനായി അവന്റെ ശ്രമം. അതിനൊത്തില്ലെന്നുമാത്രം.

ഉരുണ്ടു താഴെ വീണു.

തളർന്നതെങ്കിലും അവന്റെ കൈകൾ ആയിരം കൈകളുടെ വേഗം കണക്കെ മുന്നോട്ടു നീങ്ങി.

തീരാത്ത അരിശത്താൽ അവനെന്തെല്ലാമോ പറഞ്ഞൊപ്പിച്ചു. കോപം അവന്റെ മുഖത്താകെ ആളിക്കത്തുകയായിരുന്നു.

കിതപ്പിന് വേഗം കൂടുന്നു...

എണ്ണിത്തിട്ടപ്പെടുത്താവുന്ന മട്ടിൽ വാരിയെല്ലുകൾ പുറമേക്ക് തള്ളി നിൽക്കുന്നു.

വാതിൽപ്പടിയിൽ നിൽക്കുന്ന പങ്കജാക്ഷീടെ കാൽക്കൽവീണ് ഏങ്ങലിട്ടുകൊണ്ടിരുന്നു അവൻ. അവന്റെ കണ്ണീർ അമ്മയുടെ കാലുകളിലൂടെ ചാലിട്ടൊഴുകി.

ഇരുളിലേക്ക് ഓടിപ്പോയവന്റെ പിന്നാലെ എവിടുന്നോ കുറേ നായ്ക്കൾ പാഞ്ഞെത്തി. അവയുടെ ഒച്ചവച്ചുകൊണ്ടുള്ള ഓട്ടം അകലങ്ങളിൽ ഇല്ലാതാവുംവരെ പങ്കജാക്ഷി അവിടെത്തന്നെ നിന്നു.

ദാരിദ്ര്യം പുരനിറഞ്ഞു നിൽക്കുന്ന പഴയകാലം അവളുടെ ഓർമയിൽ വേഗം കടന്നുവന്നു.

വർഷങ്ങൾക്കുമുമ്പ് ഒരു പാതിരാത്രിയിൽ ഒരന്യപുരുഷന്റെ

ബലിഷ്ഠമായ കരങ്ങൾക്കിടയിൽ ഒതുങ്ങേണ്ടിവന്നതും കുറ്റബോധമെന്ന പോലെ.

നിശ്ചയിച്ചതുപ്രകാരം ഇന്നു പുലർച്ചെ ദൂരെ എവിടെയോ പോകേണ്ടതുണ്ടായിരുന്നു.

എന്നെ ഉണർത്താൻ വന്ന ഭാര്യ ഏറെ സാഹസപ്പെടുന്നതിനിടയിലാ അനന്തകൃഷ്ണന്റെ വരവ്.

"പങ്കജാക്ഷീന്റെ മോൻ...."

വന്നപാടെ അവൻ ഇത്രയും പറഞ്ഞുനിർത്തി.

ഞാനെന്തെങ്കിലും അങ്ങോട്ടു പറയുംമുമ്പ് പിന്നെയും തുടർന്നു:

"ഇന്ന് പൊലർച്ച്യാ... എല്ലാം നടക്കണേൽ സന്ധ്യയാവും."

ഇന്നു വൈകുന്നേരത്തിന്റെ അവസാനം സുശീലന്റെ ശോഷിച്ച ദേഹത്തിനായി, ആളുന്ന തീ മത്സരിച്ചുകൊണ്ടിരുന്നു. ഈ ദേശക്കാരെല്ലാം ശവദാഹപറമ്പിൽ നിറഞ്ഞിരിക്കുന്നു.

അവസാനമായി നെഞ്ചിൻകൂടും കത്തിത്തീരുംവരെ ഞങ്ങളവിടെ മൂകസാക്ഷിയായി.

നേർത്തചാരം കനൽക്കട്ടകളെ പൊതിയാൻ തുടങ്ങവെ ഞങ്ങൾ നാലുപാടും പിരിഞ്ഞു.

അന്നേരംവരെ ഞങ്ങളെല്ലാം ഒരാളെക്കുറിച്ചോർത്തു. ഒരു പൗരമുഖ്യനെക്കുറിച്ചുതന്നെ. അയാൾ അന്നേരംവരെയും അവിടെയെങ്ങും എത്തിയില്ല.

എന്തെന്നില്ലാത്ത പക എന്നിലേക്ക് പടർന്നുകേറുന്നതായി തോന്നി.

എന്നിലെന്നല്ല, പലരിലും.

തള്ളപ്പെടുന്ന ദയാഹർജി

കോളിങ്ബെല്ലിൽ ഒന്നമർത്തുകയേ വേണ്ടൂ, എത്ര ആഴമുള്ള ഉറക്കമായാലും എങ്ങനെയോ ഞാനറിയുന്നു.

കമ്പിസന്ദേശം കണക്കെ.

ഇന്നലെ, വൃശ്ചികമൊടുവിലത്തെ ഒരു തണുത്ത രാത്രി.

മേൽച്ചുവരിൽ എട്ടുകാലി സ്ഥാനമുറപ്പിച്ചിരിക്കുന്നു. അതും ഇന്നലെ വൈകുന്നേരംകൊണ്ട്.

യുദ്ധാനന്തരം കടന്നെത്തിയ അഭയാർഥിയെപ്പോലെ വലയിൽ എട്ടുകാലികളുടെ ഇഴഞ്ഞുനീങ്ങൽ. ഒരിടം ഒരുക്കിത്തീർക്കാനുള്ള വെമ്പലോടെ, ജാഗ്രത പുലർത്തിക്കൊണ്ടും.

എത്രയോ തവണ കുടിയൊഴിപ്പിച്ചതായിരുന്നു. എന്നിട്ടും ധിക്കാരം കാട്ടാൻ ക്ഷണികനേരം മാത്രം.

ഒരിടത്തുനിന്ന് മറ്റൊരിടത്തേക്ക്. പുതിയ സങ്കൽപ്പങ്ങൾ തേടി. എന്തെന്നില്ലാത്ത വാശിയാണ് അവർക്ക്. എന്റെ ശ്രദ്ധ അങ്ങോട്ടു തന്നെയായി.

•

മിനിയാന്ന് വൈദ്യുതി മന്ത്രിയുടെ മുന്നറിയിപ്പുണ്ടായിരുന്നു. മറ്റൊന്നുമല്ല, ഇന്നലെ പവർകട്ടാണെന്ന്.

കുപ്പിവിളക്കിന്റെ സ്റ്റാർട്ടിങ് ട്രബിൾ അതിനെ ഒരു മൂലയിലിരുത്തി.

അതിനാൽ എനിക്കാശ്രയം പാതിയോളം മുമ്പെന്നോ കത്തിത്തീർന്ന ഒരു മെഴുകുതിരി മാത്രം.

മെഴുകുതിരിയുടെ നേരിയ വെളിച്ചമേറ്റ് ചിലന്തിവല തിളക്കമാർന്നു.

വല ഒരുക്കിയശേഷം ഒരെട്ടുകാലി അതിൻ മധ്യേ ഇരിപ്പുറപ്പിച്ചു.

ഒരു കാവൽക്കാരനെപ്പോലെ ചോരയൂറ്റി കുടിക്കാനുള്ള കാത്തിരിപ്പ്.

ചിലന്തിവലയുടെ തിളക്കം എന്റെ ആസ്വാദനത്തിന്റെ നേരിയ പാതയിൽ സ്ഥാനംപിടിച്ചു.

ഇരുളിൽ നീന്തിത്തുടിക്കുന്ന ചെറുപ്രാണികൾ കൂട്ടംതെറ്റി എത്തുന്ന ചിലത് ചിലന്തിവലയ്ക്കരികിലൂടെ പറന്നകലുന്നു.

കോളിങ് ബെൽ ആരോ കൈകാര്യം ചെയ്തതായി തോന്നിയത് ഇന്നേരത്താണ്. പാതിരാത്രിയിൽ ആരായിരിക്കുമെന്നോർത്തു, പലരെക്കുറിച്ചും.

ഊളിയിട്ടെത്തുന്ന തണുത്ത കാറ്റ്.

ദേഹം വിറപ്പിക്കുംമട്ടിൽ പടിഞ്ഞാറൻ കാറ്റ് പാഞ്ഞെത്തുന്നു.

അറബിക്കടലിന്നഭിമുഖമായ വീട്ടുവരാന്തയിൽ ഇന്നേരത്തൊന്നിറങ്ങിച്ചെല്ലുക...

ഓർക്കാൻകൂടി പ്രയാസം,

പരിചിത രേഖയിലൂടെ പടിയിറങ്ങും മുമ്പേ ഞാനുറപ്പിച്ചു.

കോളിങ് ബെല്ലിൽ ആരും പെരുമാറിയില്ലെന്നുതന്നെ. കാരണം പവർകട്ട്.

നഷ്ടമാവാത്ത സ്വൈര്യത്തോടെ ഉറങ്ങാൻ കിടന്നു; ഒരു സൂര്യോദയത്തിനായി കണ്ണടച്ചുകൊണ്ട്.

ജനലഴികൾക്കിടയിലൂടെ തണുത്തകാറ്റ് മുറതെറ്റാതെ ആഞ്ഞുവീശുന്നു.

ഇടവിടാതെ അതെന്നെ പൊതിഞ്ഞുകൊണ്ടിരുന്നു. കുതിച്ചെത്തുന്ന കാറ്റിൽ നിലനിൽപ്പിനുവേണ്ടിയുള്ള സമരം മെഴുകുതിരി തുടരുന്നു.

പ്രത്യാശ നഷ്ടപ്പെടുംമട്ടിൽ, അതിലെ വെളിച്ചം ഇടയ്ക്കിടെ നേർത്തതായിപ്പോയെങ്കിലും ഇടയ്ക്കിടെ നിറഞ്ഞുകത്തുന്നു. വർധിത വീര്യത്തോടെ, മരണശയ്യയിലെ രോഗിയുടെ വെപ്രാളവും ഇടയ്ക്കിടെ ചുറ്റും പ്രകടമാക്കുന്നു.

ഒരു രക്ഷകനെപ്പോലെ എന്റെ കൈകൾ മെഴുകുതിരിക്ക് ചുറ്റും പാഞ്ഞെത്തി.

പിന്നെയും ധിക്കാരത്തോടെ ആഞ്ഞുവീശിക്കൊണ്ടിരുന്ന തണുത്ത കാറ്റിന്റെ പ്രതിയോഗി എന്റെ കൈകൾ തന്നെ.

തെല്ലിട കഴിഞ്ഞപ്പോൾ കാറ്റിന്റെ വേഗം കുറഞ്ഞു. ഞാൻ കൈകളെ സ്വതന്ത്രമാക്കി.

അതിന്റെ തീനാളം ലംബമായി ഉയർന്നു.

പിന്നെ ഉറങ്ങാൻ കിടന്നിട്ടും ഞാൻ ചിലന്തിവലയിൽത്തന്നെ.

പുറമെനിന്നുള്ള ഏതോ ശബ്ദം എന്റെ ശ്രദ്ധയെ വീണ്ടും അപഹരിച്ചത് ഇന്നേരത്തായിരുന്നു. മുറ്റത്തുകൂടി കുറേപ്പേരുടെ നടത്തം ഞാനറിഞ്ഞു. കോളിങ് ബെൽ നിശ്ശബ്ദത പാലിച്ചിട്ടും മറിച്ച് സംഭവിച്ചതായി നേരത്തെ ഞാൻ തെറ്റിദ്ധരിച്ചിരുന്നു.

ഈ പാതിരാത്രിയിലെന്തിന്... ഇത്രയും പേര്... ഇരുൾ മറയാക്കി

ദ്രോഹം വിതയ്ക്കുന്നവരോ... അതല്ലെങ്കിൽ നാടൻ ചാരായം നിധിപോലെ ഒളിച്ചു കടത്തുന്നവരോ...

നേർത്ത നിലാവെളിച്ചംപോലും ഇന്നലെ ഉണ്ടായില്ല. പിന്നെയെങ്ങനെ ഒന്നെത്തിനോക്കും.

തണുപ്പാണെങ്കിൽ കുറയുന്ന മട്ടില്ല.

അവസാനപടിയും ഇറങ്ങി താഴെ എത്താതെ, ഞാനുറപ്പിച്ചു.

എന്നിൽ വീണ്ടും പിറവിയെടുത്ത സംശയംതന്നെ ആരുമില്ലെന്നു ഞാനുറപ്പിച്ചു.

ഒരു ദ്രോഹിയെപ്പോലെ അകത്തേക്ക് വീശിയ കാറ്റിൽ മെഴുകുതിരിയുടെ ദയാഹർജിയും തള്ളപ്പെട്ടു.

●

മുഷിപ്പോടെ ഞാൻ ഉറക്കം കാത്തുകിടന്നു. ചിലന്തിവലയുടെ കോണിലേക്ക് ഒന്നെത്തിനോക്കി, പറന്നുവീണ ഇരുൾ എന്റെ ആസ്വാദ്യത ആകെയും നക്കിത്തുടച്ചു.

ഇന്നു രാവിലെ ആരെക്കാളും മുമ്പേ ഞാനുണർന്നു. ചിലന്തിവലയിൽ കുടുങ്ങിക്കിടക്കുന്ന കുറേ പ്രാണികൾ. അതും ചോരവറ്റിയ കുറേ പ്രാണികൾ.

ദയാഹർജിപോലും സമർപ്പിക്കാനാവാതെ ജീവൻ ബലിയർപ്പിച്ചവ.

ഞാൻ അവയെ മാത്രമായി മാറിമാറി നോക്കി. ജനൽപ്പാളിയിലൂടെ ഊക്കോടെ ഊളിയിട്ടെത്തുകയാണ് കാറ്റ്.

അത് എന്റെ ദേഹമാകെ ബന്ധിക്കുന്നതായി തോന്നി. വരിഞ്ഞുമുറുക്കുന്നതായും.

നേരെ നിൽക്കാൻ തന്നെ ഞാൻ പാടുപെട്ടു.

ചോരപോലും എങ്ങുനിന്നോ ചോർന്നുപോവുന്നതായി തോന്നി.

ചോരയൂറ്റിക്കുടിക്കുന്ന ഒരഭയകേന്ദ്രം. ഒരിക്കൽക്കൂടി തകർക്കാൻ ഉശിര് കൈവന്നതായി ഞാനറിഞ്ഞു.

പലരിലൂടെയും കൈവന്ന ഉശിര്.

ബാക്കിയായ പാഠഭാഗം

ഓഫീസ് ചുവരിലെ ക്ലോക്ക് പത്തരയുടെ അറിയിപ്പുകാട്ടി. പതിവുപോലെ പത്തുമണിക്ക് പിന്നാലെ കടന്നെത്തുന്നവർ ഒറ്റയായി പ്രത്യക്ഷപ്പെട്ടു. ഓഫീസിനടുത്തെത്തുമ്പോഴേക്കും അവരുടെ നടത്തത്തിന് പതിവില്ലാത്ത ധൃതി. ആരെയോ ബോധ്യപ്പെടുത്താനെന്നവിധം.

പത്തുകഴിഞ്ഞാൽ അറ്റൻഡൻസ് രജിസ്റ്റർ ഹെഡ്മിസ്ട്രസിന്റെ കസ്റ്റഡിയിൽ. പിന്നെ അനുവാദത്തോടുകൂടിയേ എല്ലാം പാടുള്ളൂ എന്നാണ് വെപ്പ്. ചിലർ എങ്ങനെയോ അതിവിനയംകാട്ടി സാമർഥ്യത്തോടെ ഒപ്പിടുന്നു.

സ്കൂളിലെ മണിയൊച്ച കൃത്യമായി കേൾക്കുന്ന അകലത്തിലാണ് കാർത്യായനി ടീച്ചറുടെ പാർപ്പ്. പരിസരക്കാരിയെന്ന അൽപ്പം ധിക്കാരവും കലർത്തി ഒപ്പിടാനോങ്ങുമ്പോഴേക്കും ഹെഡ്മിസ്ട്രസിന്റെ അമർത്തിയുള്ള മൂളൽ, എന്തോ അർഥംവെച്ചുകൊണ്ട്. പിന്നെ ക്ലോക്കിലെ കറുത്ത സൂചിയും അവരുടെ ഉരുണ്ട കണ്ണും ഒരേ ദിശയിലായി.

“ബസ് കിട്ടീല്ലായിരിക്കും” എന്ന പരിഹാസം കലർന്ന പരാമർശത്തോടെ കാർത്ത്യായനി ടീച്ചർ സർവാംഗവിനയംപൂണ്ടു. അംഗീകരിക്കാനിടയുള്ള ന്യായത്താളുകളിൽ അവർ പരതിക്കൊണ്ടിരുന്നു. പിന്നെയും ആരോ ധൃതിപ്പെട്ട് വരുമ്പോഴേക്കും കാർത്ത്യായനിടീച്ചർ സ്റ്റാഫ് റൂമിലെത്തിയിരുന്നു. ക്ലോക്ക് പതിനൊന്നുവട്ടം സംഗീതപശ്ചാത്തലത്തിൽ ഒച്ചവെക്കുമ്പോഴും രജിസ്റ്ററിലെ പല കോളങ്ങളിലും ചുവപ്പുനിറം പ്രവേശിച്ചുകഴിഞ്ഞിരുന്നു.

പതിവിലും നേരത്തെ ക്ലാസ് തുടങ്ങേണ്ടുന്ന വെള്ളിയാഴ്ച നിറഞ്ഞുനിൽക്കുന്ന ബഹളം. പ്രഖ്യാപിക്കപ്പെട്ട സമരവുമായാണ് ഒരു കൂട്ട

രെങ്കിൽ സമരത്തിനെതിരായ സമരവുമായി മറുവിഭാഗം. എല്ലാംകൂടി നിയന്ത്രണാതീതമായ അവസ്ഥയെന്നു സാരം.

വരാന്തയിൽ രൂപംകൊള്ളുന്ന ഉന്തുംതള്ളും കാണാൻ മാത്രമായി എതിർവശത്ത് ഒരു പ്രത്യേക വിഭാഗം നിലയുറപ്പിച്ചിട്ടുണ്ട്.

ഒരിക്കലും സമരമുഖമില്ലാത്തവർ. ഉന്തിനും തള്ളിനുമനുസരിച്ച് സമരകാണികളായ ഇവരുടെ മുഖം പ്രതികരണങ്ങളുടെ വിവിധരൂപം പ്രാപിക്കുകതന്നെ ചെയ്തു. ചിലപ്പോൾ കൈയടിച്ച് പ്രോത്സാഹിപ്പിക്കുകയും, സമരക്കാരുടെ ഇടയിൽനിന്നും ഏതോ ഒരു പേക്കിരിപ്പയ്യൻ ഉറക്കെയുച്ചരിച്ചത് 'പൊലീസ്' എന്നുമാത്രം. കേട്ടപാടെ സമരകാണികൾ തിരിഞ്ഞുനോക്കാതെ ഓടി.

ജില്ലാവാർത്തയ്ക്കിടയിൽ അപ്രധാനപ്പെട്ടുപോകുമായിരുന്ന സമരാഹ്വാനം, ടീച്ചേഴ്സ് റൂമിലെ ദിനപത്രത്തിൽ ചുവന്ന ബോൾപെന്നുകൊണ്ട് ബോക്സ് ന്യൂസാക്കി ഏതോ ഒരധ്യാപകന്റെ കൈക്രിയ.

സ്കൂൾ ക്യാന്റീനകത്ത് കുറേ അധ്യാപകർ സമരത്തിന്റെ ന്യായാന്യായങ്ങളിലേർപ്പെട്ടിരിക്കുകയാണ്. ടീച്ചേഴ്സ് റൂമിൽ പതിവായി ഒന്നും ഉരിയാടാത്തവരും കൂട്ടത്തിൽ ഒച്ചവയ്ക്കുന്നുണ്ട്, സാന്നിധ്യം അറിയിക്കാനെന്നവിധം. കേന്ദ്ര പാരിറ്റിയും ഡി എ പ്രഖ്യാപനവും ചർച്ചയ്ക്കിടയിൽ കടന്നുവരുന്നുണ്ട്.

അലമാരയിലെ കറപിടിച്ച ഗ്ലാസിൽക്കൂടി, അതിനകത്ത് നിരത്തിവെച്ച പ്ലേറ്റുകൾ കാണുന്നുണ്ട്. അടിച്ചുപുഴുങ്ങിയ കിഴങ്ങ്. പതിനൊന്നരയുടെ ഇടവേളയ്ക്കായി കാത്തിരിക്കയാണ് അത്.

അടുപ്പത്ത് വലിയ ചെമ്പുപാത്രത്തിൽ തിളച്ചുകൊണ്ടിരിക്കുന്ന വെള്ളം നൂറുഡിഗ്രി സെന്റിഗ്രേഡും പിന്നിട്ട് വറ്റിത്തുടങ്ങിയിരിക്കുന്നു.

ക്ലാസ് പതിവുപോലെ നടക്കുമോ എന്നറിഞ്ഞിട്ടേ അതെന്തെങ്കിലും ചെയ്യാനൊക്കൂ.

നാലഞ്ച് അധ്യാപകർ ക്യാന്റീനിലേക്ക് വരുന്നുണ്ടായിരുന്നിട്ടും നടത്തിപ്പുകാരന്റെ വേവലാതിക്ക് ഒരു കുറവും ഉണ്ടായില്ല.

ഒരാൾക്ക് ലൈറ്റ് ചായ, മറ്റൊരാൾക്ക് സ്ട്രോങ്, പിന്നെ മീഡിയം, വെള്ളച്ചായ, ലൈറ്റ് കട്ടൻ, അഞ്ചും അഞ്ചുതരം.

നേരത്തെ പാതിവലിച്ച് നിർത്തിവെച്ച ഒരു ബീഡി എടുത്ത് സമോവറിനടിയിലെ കനലിൽ കുത്തി ചായക്കാരൻ ആഞ്ഞുവലിച്ചു. ചുണ്ടിലെരിയുന്ന ബീഡിയിലൂടെ അവന്റെ ശ്വാസഗതി അറിയിച്ചുകൊണ്ടിരുന്നു. ബീഡി ചുണ്ടിലിറുക്കിത്തന്നെ അവൻ അഞ്ചുതരവും ധൃതിപ്പെട്ട് ഒരുക്കി. ചായ എത്തിച്ചതിൽപ്പിന്നെ ഔപചാരികമായ അന്വേഷണം. അതും ഒറ്റശ്വാസത്തിൽ.

"കോഴിക്കാല്, പരിപ്പുവട, പഴംപൊരി, കിഴങ്ങ്... എന്തെങ്കിലും..."

"ഏയ്, രാവിലെ തന്ന്യോ... ഒരു കാര്യം ചെയ്യ്. നന്നായി ഒരു ഗ്ലാസ് ചൂടുവെള്ളമിങ്ങെട്."

പെൻഷൻപറ്റി പിരിയാറായ ഒരു മുഴുകഷണ്ടിക്കാരന്റെ കമന്റ്.

"മുടിഞ്ഞാലും മയ്ക്കില്ല. കൂട്ടത്തിലൊന്നെനിക്കും."

ഗൗരവംകലർത്തി മുഹമ്മദിന്റെ മുന്നറിയിപ്പ്. ദിനപത്രത്തിലെ ഏതാണ്ടെല്ലാ വരികളും തീരുമ്പോഴേക്കും ചന്ദ്രിക ടീച്ചറുടെ സാരിയായി അടുത്ത വിഷയം. പത്തുമിനിട്ടോളം ആ വഴിക്കും ഇഴഞ്ഞുനീങ്ങി. അപ്പോഴേക്കും എങ്ങുനിന്നോ ഉയർന്ന നിലവിളി എല്ലാവരും തിരിച്ചറിഞ്ഞു. നാലഞ്ച് കെട്ടിടങ്ങളും കടന്നാണ് രോദനം ക്യാന്റീൻവരെയെത്തിയത്. വരാന്തയ്ക്കുമുന്നിൽ കൂടിനിന്ന സമരകാണികളുടെ നിലവിളിയായിരുന്നു അത്. അവർ ചെറിയ ഇടവേളക്കുശേഷം പിന്നെയും എത്തിച്ചേർന്നതായിരുന്നു. തലയിൽനിന്നും ഒലിച്ചിറങ്ങിയ ചോര ക്ലാസ്മുറിയിലും വരാന്തയിലും പരന്നുകിടന്നു. അതിലൂടെ തിരക്കിൽ നടന്നുപോയ ഒന്നുരണ്ടുപേരുടെ കാൽപ്പാട് അവിടെ പുതിയ തെളിവുകൾ സൃഷ്ടിച്ചു. ആയുധമേന്തിയവർ ഒളിത്താവളങ്ങളിലേക്ക് വേഗംതന്നെ മറഞ്ഞു. പിന്നെ അനിശ്ചിതമായി അടച്ചിട്ട സ്കൂൾ തുറക്കുമ്പോഴേക്കും കുറേപ്പേർ സസ്പെൻഷനിലായി. എല്ലാ കുഴപ്പങ്ങളുടെയും മുൻനിരക്കാർ.

മുജീബ്, ഷാജഹാൻ, സുന്ദർരാജ് തുടങ്ങി ആറേഴുപേർ. ദിവസങ്ങളോളം അടച്ചുപൂട്ടിയിട്ടും ക്ലാസുകളിൽനിന്നും ക്ലാസുകളിലേക്ക് ചോരയുടെ മണം പടർന്നുകയറി. സമാധാനത്തോടെ ക്ലാസ് മുറിക്കകത്ത് പഠിക്കാനിരുന്നിട്ടും ചോരയുടെ മണം വല്ലാത്ത അസ്വസ്ഥത തന്നെയുണ്ടാക്കി.

ബാക്കിയായ പാഠഭാഗങ്ങൾ തീർക്കാൻ അധ്യാപകർ ശനിയാഴ്ചകളിലും മിനക്കെട്ടു. ഏതോ വ്രതംപോലെ.

ഇന്ന് അക്കൂട്ടിത്തിലൊരു ശനിയാഴ്ചയാണ്. പതിവ് സമയക്രമമെല്ലാം ലംഘിച്ച് പലരും ഒൻപതിനുമുമ്പേ തന്നെയെത്തി.

സ്കൂൾ ഗ്രൗണ്ടിൽ ഒൻപതുമണിക്ക് ഫുട്ബോൾ ടൂർണമെന്റ് അരങ്ങേറുന്നുണ്ട്. കളിക്കാരെല്ലാം മത്സരത്തിനു മുമ്പേതന്നെ ഗ്രൗണ്ടിൽ പന്തുരുട്ടിക്കളിച്ചു.

കളിക്കാരുമായി പരിചയപ്പെടാനുള്ള ഔപചാരികതയ്ക്കുവേണ്ടി സംഘാടകർ വിശിഷ്ടാതിഥിയെ തിരഞ്ഞുകൊണ്ടിരുന്നു.

പാഠഭാഗങ്ങൾ തീർക്കാനുള്ള ധൃതിയോടെ എത്തിച്ചേർന്ന ആറേഴുപേർ ടീച്ചേഴ്സ് റൂമിൽ ഇരിപ്പുണ്ട്. ഓരോരുത്തരും അവരവരെത്തന്നെ നോക്കി. യോഗ്യരാണോ എന്ന സംശയത്തിനറുതി വരുത്താൻ.

ഒടുവിൽ സെൽവരാജ് എന്ന തടിമിടുക്കുള്ള ഫിസിക്സ് അധ്യാപകൻ വിശിഷ്ടാതിഥിക്ക് യോഗ്യനെന്ന് എല്ലാവരും ഉറപ്പിച്ചു. കളികളെക്കുറിച്ചുള്ള പരിമിത ജ്ഞാനം ടീച്ചേഴ്സ് റൂമിൽ ഉറക്കെ വിളമ്പുന്ന ക്രെഡിറ്റും അദ്ദേഹത്തിനുണ്ട്.

മത്സരത്തിൽ പങ്കെടുക്കുന്ന ഒരു സ്കൂൾടീം അകലെനിന്നും എത്തിച്ചേർന്നത്.

മറ്റൊന്ന് ആതിഥേയ സ്കൂളിന്റെ ടീംതന്നെ.

പതിവുശൈലിയിൽ കൈകുലുക്കി ഓരോരുത്തരെയും പരിചയപ്പെട്ടു. അവർക്കെല്ലാം വിടർന്ന ചിരി സമ്മാനിച്ചു. പരിചയപ്പെടാൻ പതിനാലാമത് മുജീബ്. പിന്നെ സെൽവരാജിന്റെ കൈ പതുക്കെ മാത്രം നീണ്ടു. അയാളുടെ മുഖത്ത് തിളങ്ങിനിന്ന സന്തോഷം ഏതോ ഒഴിഞ്ഞ കോണിലൂടെ ചോർന്നുപോയി.

സൂര്യന്റെ ചൂടേറ്റ് അയാളുടെ മുഖം ചുവന്നു. പിന്നെയത് മേലാകെ പടർന്നുകയറി. ബാക്കിയായ പാഠഭാഗങ്ങൾക്ക് കാത്തിരിക്കുന്ന കുട്ടികളായി അയാളുടെ മനസ് നിറയെ. അയാൾ പാഠഭാഗങ്ങളിലേക്ക് നടന്നു. ജനലഴിക്കിടയിലൂടെ തണുത്തകാറ്റ് നിമിഷനേരമെങ്കിലും ഒഴുകിയെത്തി. എന്നിട്ടും അയാളുടെ മുഖം ചുവന്നുതന്നെയിരുന്നു.

ഒരു ഉത്തരാധുനികൻ പറഞ്ഞ കഥ

പത്മൻ പന്തല്ലൂർ എന്ന യുവകഥാകൃത്ത് കഥകളെഴുതി തുടങ്ങുന്നത് ഉത്തരാധുനികതയുടെ വേലിയേറ്റത്തിനിടയിലാണ്. സ്കൂൾ ജോലിക്കിടയിൽ വന്നുചേരുന്ന ഒഴിവുദിനങ്ങളിലും പിന്നെ അപ്രതീക്ഷിതമായി വീണുകിട്ടുന്ന അവധിദിനങ്ങളിലും.

തന്റെ സഹപ്രവർത്തകരുടെ തീരാത്ത സംശയങ്ങൾ തന്റെ കഥകളിൽ ഉൾപ്പെടുത്തിക്കൊണ്ടും പത്മൻ കഴിഞ്ഞകാലങ്ങളിൽ ഏറെ കഥകളെഴുതിയിട്ടുണ്ട്. കഴിഞ്ഞ നാലഞ്ചുവർഷമായി സ്കൂളിലെ മീനടീച്ചറെ കേന്ദ്രീകരിച്ച് ഒരു കഥയെഴുതണമെന്ന് അവൻ കരുതുന്നു. മീനടീച്ചറെക്കുറിച്ചുതന്നെ കഥയെഴുതാൻ വല്ല കാരണവും ഉണ്ടോ എന്നൊന്നും തിരക്കല്ലേ എന്നാണ് അവൻ മുൻപേതന്നെ എന്നോട് പറഞ്ഞത്. അഥവാ ഒരു മുൻകൂർ ജാമ്യം. ഒരേ സ്ഥാപനത്തിൽ ജോലിക്കാരായതിനാൽ പ്രണയിക്കാൻ അൽപ്പം എളുപ്പമാണെന്നും എന്നാൽ അധ്യാപക ജോലിയാണ് പ്രണയത്തിന്റെ വലിയ തടസമെന്നും പത്മൻതന്നെ പറഞ്ഞിട്ടുണ്ട്. ചുരുക്കിപ്പറഞ്ഞാൽ അധ്യാപകപ്രണയത്തിന്റെ സ്വീകാര്യതകൂടി അറിഞ്ഞിട്ടു മാത്രമേ ഇത്തരം ധീരകൃത്യങ്ങളിലേക്ക് ഇറങ്ങാവൂ എന്ന് മറ്റാരേക്കാളും പത്മന് ബോധ്യമുണ്ടായിരുന്നു.

•

മീന.

അവൾ സ്വതേ വേഗം കോപിഷ്ഠയാകുന്നത് പത്മൻ പന്തല്ലൂർ എന്ന യുവകഥാകൃത്തിന് കാണാനിടയായിട്ടുണ്ട്. ഇത്തരം ഒരു പ്രകൃതക്കാരിയെക്കുറിച്ച് ഒരു കഥകൂടി അച്ചടിച്ചുവന്നത് കണ്ടാൽ എന്തായിരിക്കും പ്രതികരണമെന്ന് മുൻകൂട്ടി പറയാനും കഴിയില്ല. എങ്കിലും രണ്ടും

കൽപ്പിച്ച് കഴിഞ്ഞവർഷം കഥയെഴുതാൻതന്നെ പത്മൻ തീരുമാനിച്ചു. കഥ പൂർത്തിയായാൽ അവൾ വായിക്കാനിടയില്ലാത്ത ഏതെങ്കിലും വാരികയുടെ പത്രാധിപർക്ക് അയച്ചുകൊടുക്കാനും ഉറപ്പിച്ചു. അഥവാ പ്രസിദ്ധീകരണയോഗ്യമല്ലെന്ന് പറഞ്ഞ് തിരികെ അയച്ചുകിട്ടിയാൽ ഒരർഥത്തിൽ ഭാഗ്യമെന്നും കരുതി.

ആദ്യത്തെ ഒരു ഖണ്ഡിക പിന്നിട്ടപ്പോഴാണ് പന്തികേട് അവന് തിരിച്ചറിയാനായത്. പത്തെൺപതോളംപേർ ജോലിചെയ്യുന്ന സ്കൂളിൽ, ഏത് പ്രസിദ്ധീകരണത്തിൽ കഥവന്നാലും വായിക്കുന്ന ചിലരെ കണ്ടെന്നിരിക്കും. ആരായാലും വിവരം മീനയുടെ അടുത്തെത്തിക്കും. അതിനും കാണുമല്ലോ ചിലർക്കൊരു കൗശലം.

ഇക്കാരണത്താൽത്തന്നെയാണ് കഴിഞ്ഞവർഷം ഒരു ഖണ്ഡിക മാത്രം എഴുതി കഥ നിർത്തിവെച്ചത്. പിന്നെ ഒരു വരിപോലും അവന് മുന്നോട്ടുപോകാനായില്ല.

•

എന്തുവന്നാലും കഥ പൂർത്തിയാക്കണമെന്ന് പിന്നീടാണ് അവന് തോന്നിയത്. ആരെയെങ്കിലും ഭയന്ന് ഒരു കഥാകൃത്ത് എന്തിന് പിന്മാറണം. അത് ഒരു യുവകഥാകൃത്തിന് തീരെ ഭൂഷണവുമല്ല എന്നറിയുന്നതിനാൽ പത്മൻ കഥയെഴുതാൻതന്നെ തീരുമാനിച്ചു. കഥയിൽ മീനയുടെ പേരുമാറ്റി സമാനമായ മറ്റൊരു പേര് ചേർക്കാനായാൽ നല്ലൊരു പഴുതാവുമെന്ന് അവൻ കരുതി. അവൻ പുതിയൊരു പേര് കണ്ടെത്തി, സീന.

ഏത് കഥ എഴുതുമ്പോഴും യാഥാർഥ്യവുമായി ഏറെ പൊരുത്തം ഉണ്ടായിരിക്കണമെന്ന നിർബന്ധക്കാരനായിരുന്നു അവൻ. ഇക്കാരണം കൊണ്ടുതന്നെയാണ് മീനയുടെ ജീവിതത്തെ അടുത്തറിയാൻ അവൻ ശ്രമിച്ചുപോന്നത്. പത്മൻ എന്ന അധ്യാപകൻ മീനയുടെ സ്കൂളിൽ ചേരുന്നതിനും നാലഞ്ചുവർഷംമുമ്പാണ് അവളുടെ അച്ഛൻ ഇതേ വിദ്യാലയത്തിൽനിന്നും റിട്ടയർ ചെയ്തത്.

ഇരമ്പാണികൾ തറച്ച് ചൊറിക്കലപോലെ വികൃതമായ ചുമരിൽ സി ആർ നായരുടെ ഫോട്ടോ തൂങ്ങിക്കിടക്കുന്നുണ്ട്. സി ആർ നായർ എന്ന രാവുണ്ണി മാഷെപ്പറ്റി പത്മൻ പന്തല്ലൂർ എന്ന കഥാകൃത്തിന് പറയാനുള്ളതിൽ വലിയൊരു ഭാഗം കേട്ടറിവിനെ ആധാരമാക്കിയുള്ളതാണ്. ഈ വക വിഭവങ്ങളൊക്കെ ചേർത്ത് തന്നെയാണ് മീനടീച്ചർ കഥാപാത്രമായുള്ള കഥ എഴുതാൻ അവൻ തയാറെടുത്തതും.

ഇനി പത്മൻ പന്തല്ലൂരിന് പറയാനുള്ളതും കുറച്ചു കേൾക്കണ്ടേ.

•

പുതിയ തലമുറക്ക് രാവുണ്ണി എന്ന പേര് ഹൃദ്യമല്ലാത്തതുകൊണ്ടാണോ അദ്ദേഹം സി ആർ നായർ എന്നാക്കി മാറ്റിയത് എന്നൊന്നും

അറിയില്ല. അതൊക്കെ അദ്ദേഹത്തിന്റെ വ്യക്തിപരമായ കാര്യം. അല്ലെങ്കിൽ തന്നെ അങ്ങനെയുള്ള വ്യക്തിഗത കാര്യങ്ങളിലൊക്കെ ഒരു കഥാകൃത്ത് ആണ്ടിറങ്ങി പരിശോധിക്കേണ്ടതുണ്ടോ എന്നുതന്നെ സംശയം. വായനക്കാരുടെ യുക്തിപൂർവമായ ചിന്തക്ക് അതൊക്കെ വിടുകയാണ്. ഇനി അദ്ദേഹത്തിന്റെ യഥാർഥകഥയിലേക്ക് കടന്നാലോ,

വായനയുടെ സമക്ഷം എത്രയോ പോസ്റ്റ് മോഡേൺ ചിന്തകൾ കാരണം ഇതുവരെ സി ആർ നായരുടെ കഥ താമസിച്ചു, ക്ഷമിച്ചാലും.

●

ഇന്ന് സി ആർ നായർക്ക് പ്രായം ഏതാണ്ട് അറുപത്. സുമാർ അഞ്ചു കൊല്ലമായി പെൻഷൻപറ്റി പിരിഞ്ഞിട്ട്. മുമ്പൊക്കെ യൗവനം തുടിക്കുന്ന പ്രകൃതമായിരുന്നു. പെൻഷനാവുമ്പോഴും അങ്ങനെതന്നെ ഉണ്ടായിരുന്നു. പെൻഷനായെന്നറിഞ്ഞപ്പോൾത്തന്നെ പലരും അത്ഭുതപ്പെട്ടു. പ്രത്യേകിച്ച് അയാളെ നല്ല പരിചയമുള്ള നാടൻപെണ്ണുങ്ങൾവരെ.

"മ്മളെ നായര് പെൻഷനായിപോലും...."

അവർ പരസ്പരം അത്ഭുതത്തോടെ വർത്തമാനം കൈമാറി. കഴിഞ്ഞ അഞ്ചുകൊല്ലംകൊണ്ട് അയാൾക്ക് വന്ന മാറ്റം വിവരണാതീതമത്രെ.

കാഴ്ചപോലും ഏതാണ്ട് നഷ്ടപ്പെട്ടിരിക്കുന്നു. പരസഹായമില്ലാതെ ഒരടിപോലും നടക്കാനാവില്ല. കെട്ടിച്ചുനിർത്തിയ പല്ലുകൂടി എടുത്തുമാറ്റിയാൽ ഒട്ടും തിരിച്ചറിയാനാവാത്ത മുഖം. ഇതൊക്കെ ഇപ്പോഴത്തെ കഥയത്രെ.

ഇനി അൽപ്പം ഫ്ളാഷ്ബാക്കിലേക്ക്. അഥവാ പൂർവകാലത്തിലേക്ക്.

●

സി ആർ നായരും ഭാര്യ കമലാക്ഷിയും ഒരേ സ്കൂളിലെ അധ്യാപകരായിരുന്നു. വിവാഹശേഷം കമാലക്ഷിയോട് അയാൾ ഒരു കാര്യം ഉറപ്പിച്ചുതന്നെ പറഞ്ഞു.

ആൺതരിയായിട്ട് ഒന്ന് ഏതായാലും വേണം. രണ്ടും അങ്ങനെ ആയാലുംകൊള്ളാം.

കമലാക്ഷിയുടെ മാസമുറ തെറ്റിയതോടെ അയാൾ പ്രത്യാശയുടെ നൂൽപ്പാലം കടക്കുകയായിരുന്നു എന്നുവേണം പറയാൻ. പരിസരത്തെ ഭഗവതിക്ഷേത്രം മുതൽ മൂകാംബികവരെ അയാൾ കേറിയിറങ്ങി.

പ്രസവവാർഡിനു പുറത്ത് അയാൾ ഒരാൺകുഞ്ഞിന്റെ കരച്ചിലിന് കാതോർത്തു.

മാനസിക പിരിമുറുക്കത്തോടെ.

ഇടയ്ക്കിടെ മുഴങ്ങുന്ന കടലിരമ്പം അയാളെ കൂടുതൽ ഏകാഗ്രനാക്കി.

കർക്കിടകത്തിലെ കോളുനിറഞ്ഞ പകൽനേരം, അയാളിൽ സംഘർഷങ്ങളുടെ വേലിയേറ്റംതന്നെ രൂപപ്പെട്ടു. അന്തരീക്ഷത്തിൽ ഊളിയിട്ടിറങ്ങുന്ന മിന്നലുകളിൽ അയാൾ വ്യാകുലപ്പെട്ടില്ല. പ്രത്യാശാഭരിതമായ വാർത്തയായിരിക്കുമെന്ന് പ്രതീക്ഷിച്ച് അയാൾ കാത്തിരുന്നു.

വാതിൽതുറന്ന് പുറത്തുവന്ന നഴ്സ് അറിയിച്ചു.

"സുഖപ്രസവം.... പെൺകുഞ്ഞ്...."

അയാൾ വേവലാതികളുടെ നീർച്ചുഴികളിൽ വട്ടംകറങ്ങി.

•

"അമ്മേ...." എന്ന വിളി തുടങ്ങി അക്ഷരമാലയ്ക്കനുസരിച്ച് കുഞ്ഞ് നാവ് വളച്ചു.

കമലാക്ഷിയും സി ആർ നായരും പരസ്പരം സമാധാനം പങ്കിട്ടു.

"അടുത്തതെങ്കിലും....."

അപ്പോഴും ഗണിതശാസ്ത്രപട്ടികയിലൂടെ അയാൾ കയറിയിറങ്ങുകയാണ്.

"കമലാക്ഷീ.... ആണായാൽ അവനല്ലേ അവസാനംവരെ സഹായത്തിനുണ്ടാവ്വാ.... പണോം ചെലവാക്കി പഠിപ്പിച്ച് ഒരുത്തന്റോടെ അയച്ചാ.... പിന്നെ ആരാ.... ഇങ്ങട്ട് തിരിഞ്ഞുനോക്ക്വാ.... കാൽ കാശിങ്ങട്ട് കാണ്വോ?"

വരവുചെലവ് കണക്കുകളുടെ കൃത്യതകളിലൂടെ എന്നും സഞ്ചരിക്കുകയായിരുന്നു അയാൾ.

ലാഭനഷ്ടങ്ങളുടെ പട്ടിക അയാൾക്ക് എന്നേ മനഃപാഠമായി.

സ്കൂളിനു മുന്നിലെ കരുണന്റെ ചായപ്പീടികയിൽനിന്ന് എന്നും ഒരു നേരത്തെ കാലിച്ചായ.

കാലണ കുറഞ്ഞുകിട്ടാനാണോ എന്നറിയില്ല, അതും വിത്തൗട്ട്.

എന്തിന് സി ആർ നായരെമാത്രം പറയുന്നു. കരുണന്റെ പീടികയിൽ മാസംവരെയുള്ള പറ്റ് പുസ്തകം എടുത്താലറിയാം, മിക്കവരുടെയും നാൾവഴിക്കുനേരെ ഇപ്രകാരം കുറിച്ചുവെച്ചിട്ടുണ്ട്.

ചായ.

വിത്തൗട്ട്,

വെള്ളച്ചായ,

ലൈറ്റ് കട്ടൻ.

മേപ്പടി പ്രകാരമുള്ള ഒരുപാടുപേരെ കാരൂർ മുതൽ ഒടുവിൽ അക്ബർ കക്കട്ടിൽവരെ ഒട്ടേറെ കഥകളിൽ വരച്ചുവെച്ചിട്ടുണ്ട്.

പരിചയക്കാരനായ ഒരു ശങ്കരൻ മാഷെക്കുറിച്ച് കഥയെഴുതാൻ തുടങ്ങിയിട്ട്, ജീവിതശീലങ്ങൾ ഒന്നിനു പിറകെ ഒന്നായി കോർത്തുവെച്ചപ്പോൾ ഇരുനൂറോളം പേജുള്ള നോവലാക്കി പ്രസിദ്ധീകരിക്കേണ്ടിവന്ന

പ്രമുഖ സാഹിത്യകാരനെയും ഈയുള്ളവന് നേരിൽ അറിയാവുന്നതാണ്.

•

പേറ്റ് പരിചരണം കഴിഞ്ഞ് കമലാക്ഷി ജോലിക്ക് വന്നുതുടങ്ങി.

ഒരാൺകുഞ്ഞിനെ കിട്ടാൻ ഒരുപാട് വഴിപാട് നടത്തിയ വിവരം സ്കൂളിൽ എങ്ങനെയോ പാട്ടായിരുന്നു.

സ്കൂൾ ശിപായിയുടെ ചെവിട്ടിലാ ആദ്യം വിവരം എത്തിയത്. കുള്ളേൻ അച്ചൂന് പുതുമയുള്ള എന്ത് വിവരം കിട്ടിയാലും നാലാളുടെ പക്കൽ അത് എത്തിച്ചില്ലെങ്കിൽ ഉറക്കംവരില്ല. പറയുന്നവരോടൊക്കെ അതീവ രഹസ്യമായേ പറയൂ. പിന്നെ അടിവരയിട്ടൊരു കാര്യംകൂടി പറയും.

"നിങ്ങളോടേ ഇക്കാര്യം പറഞ്ഞിട്ടുള്ളൂ. ഇരുചെവിയറിയരുതേ...."

അച്ചു പറയുന്നവരോടെല്ലാം ഇങ്ങനെതന്നെ ആവർത്തിച്ചുകൊണ്ടിരുന്നു.

ഒരുനാൾ അധ്യാപകരുടെ മുറിയിലിരുന്ന് രണ്ടുപേരുടെ സ്വകാര്യ സംഭാഷണം.

ഒരാൾ വെളുത്ത് മെലിഞ്ഞ് മയമൂദ്. മറ്റെയാൾ കറുത്തു തടിച്ച രഘൂത്തമൻ. ഇന്നേരത്തായിരുന്നു സി ആർ നായരുടെ വരവ്.

പറയുവാനുള്ളത് വെട്ടിത്തുറന്ന് പറയുന്ന ശീലക്കാരനായിരുന്നു നായര്.

"മോരും മുതിരേം പോലുണ്ടല്ലടോ...?"

പെട്ടെന്ന് കാര്യം പിടികിട്ടിയ മയമൂദ് തിരിച്ചൊരു തകർപ്പൻ ഗോളടിച്ച് സമനില പാലിച്ചു.

"ആദ്യത്തെ കൺമണി ആണായി കാണാൻ...."

മയമൂദ് പാടിതീരും മുമ്പേ സി ആർ നായർ അകലെ മാറിയിരുന്നു. പിന്നെയും കുത്തി വേദനിപ്പിക്കേണ്ടെന്നു കരുതി സ്വതേ വാചാലരാകാറുള്ള പലരും മൗനംപാലിച്ചു.

കമലാക്ഷിയുടെ പുതിയ സാരിയും പുഷ്ടിപ്പെട്ട ആരോഗ്യവും ഒക്കെയാ പെൺമുറിയിൽ പതിവുപോലെ ചർച്ചയ്ക്കായി കടന്നുവന്നത്.

ചിലർക്ക് അറിയേണ്ടത് കുഞ്ഞിന്റെ പേരാണ്.

"സീന...."

അവർ അറിയിച്ചു.

•

പുതിയ പ്രതീക്ഷകൾക്ക് മുന്നിൽ സി ആർ നായർ ദിനരാത്രങ്ങൾ തള്ളിനീക്കി.

കമലാക്ഷി പിന്നെയും ഗർഭംധരിച്ചു.

സി ആർ നായർ മൂകാംബികവരെ ആദ്യം പോയതിന്റെ കണക്കു കൂട്ടലുകളിലൂടെ കടന്നുപോവുകയായിരുന്നു. രണ്ടാമതും അത്രയും ചെലവഴിച്ച് പെണ്ണ് തന്നെയാണെങ്കിൽ നഷ്ടം വീണ്ടും കൂടുകയേ ഉള്ളൂ.

അയാൾ വീട്ടിലെ പൂജാമുറിയിൽ വാതിലടച്ചിരുന്നു.

മൂകാംബികവരെ മനസിലൂടെ കടന്നുപോയി.

ഒടുവിൽ ഒരുനാൾ ആശുപത്രിയിലേക്കുള്ള മധ്യേ അയാൾ പറഞ്ഞു.

"ഇന്ന് നല്ല പകൽ നേരമാണ്. പോരെങ്കിൽ തന്നെ രാഹുകാലം കഴിഞ്ഞിട്ടാണ് ഇറങ്ങിയതും. എല്ലാറ്റിനും പുറമേ എന്റെ ജന്മനക്ഷത്രം കൂടിയാ ഇന്ന്." വാഹനം കുറെ മുന്നോട്ട് നീങ്ങിയപ്പോൾ ഒരാൾക്കൂട്ടം ശ്രദ്ധയിൽപ്പെട്ടു. അവർ എല്ലാവരും അഭിമുഖമായാണ് നടന്നുവരുന്നത്.

വാഹനം ഒരരികിലാക്കി മര്യാദ പാലിച്ചു. അവർ മൗനംപാലിച്ചാണ് കടന്നുപോവുന്നത്.

ലോകത്തോട് വിടപറഞ്ഞ ഏതോ ഒരു മനുഷ്യനെയും ചുമന്ന് അവർ പിന്നോട്ടേക്ക് നടന്നു.

"മുൻസിപ്പൽ ശ്മശാനത്തിലേക്കാ അവരുടെ യാത്ര...." വാഹനം നീങ്ങുന്നതിനിടയിൽ സി ആർ നായർ പറഞ്ഞു.

"ഏതായാലും ഇതും ഒരു ശുഭലക്ഷണമാണ്. യാത്രാമധ്യേ ശവം കണ്ടാൽ നല്ലതേ വരൂ എന്നാണ് പ്രമാണം...." നായർ കൂട്ടിച്ചേർത്തു.

ആശുപത്രിയിലെത്തി മണിക്കൂറുകൾക്കകം കമലാക്ഷി രണ്ടാമതും പേറ്റുനോവറിഞ്ഞു.

നായർ വിവരമറിയാൻ തിടുക്കപ്പെട്ടു. പിന്നെ തലകുനിച്ച് പിറകോട്ട് നടന്നു.

"എന്റീശ്വരാ... ഇനിയൊരു ദേവനെ... ദേവിയെ..."

അയാൾ ശബ്ദം പുറത്തുവിടാതെ പറഞ്ഞൊപ്പിച്ചു.

നാളുകൾ ഏറെ പിന്നിട്ടു.

കമലാക്ഷി അയാളെ സമാധാനിപ്പിച്ചുകൊണ്ടിരുന്നു.

"നമ്മുടെ തൊട്ടയലത്തെ ശ്രീധരൻ വക്കിലീന്റെ മക്കൾ ആദ്യത്തേത് രണ്ടും പെണ്ണല്ലേ.... പിന്നെയല്ലെ ഒരാണിനെ കിട്ടിയത്. എത്ര ഉശിരുള്ള മോനാ..."

കമലാക്ഷി ആശ്വാസവാക്കുകൾ സാഹസപ്പെട്ട് കണ്ടെത്തുകയായിരുന്നു.

"രണ്ടെണ്ണത്തിനെത്തന്നെ പഠിപ്പിക്കാനെത്ര്യാ പണം.... മൂന്നാമതും പെണ്ണാണെങ്കിൽ പിന്നെ പറയാനൂല്യാ..." അയാൾ കണക്കു കൂട്ടലുകളിൽത്തന്നെയായിരുന്നു. ഒരു പരീക്ഷണംകൂടി വേണ്ടെന്ന നിഗമനത്തിൽ ഒടുവിൽ അയാൾ എത്തിച്ചേർന്നു.

ഇനി എങ്ങനെയെങ്കിലും പഠിപ്പിച്ച് നല്ല വഴിക്കാക്കുക.... അയാൾ മനസിലുറപ്പിച്ചു.

●

സീനയും റീനയും പഠിച്ചുവളർന്നു.

ഇനിയൊരു ജോലി. വിവാഹം. കുടുംബജീവിതം.

എന്തെല്ലാം സ്വപ്നങ്ങളുമായി അവർ കടന്നുപോകുന്നു.

ഒരുപാട് പ്രതീക്ഷകളുടെ ചിറകേറി അവർ ദിനരാത്രങ്ങൾ തള്ളി നീക്കുന്നു.

'ട്രെയിനിങ് കഴിച്ചനിലയിൽ സീനയെ ടീച്ചറാക്കാം.' ഇരുവരും ഉറപ്പിച്ചു.

"ഞാൻ പെൻഷനാകാൻ ഇനി ഏറെയില്ല. യാത്രയയപ്പ് കാര്യങ്ങൾപോലും ആലോചിച്ചു തുടങ്ങിയെന്നാ കേട്ടത്..." നായർ സീനയുടെ ജോലിക്കായി സ്കൂൾ മാനേജരുടെ വീട്ടുപടി കയറിയിറങ്ങി.

രണ്ടും പെൺമക്കളായതിനാലോ എന്തോ എന്നറിയില്ല.

മാനേജർ ഒന്നു കനിഞ്ഞു.

സി ആർ നായരുടെ ഒഴിവിൽത്തന്നെ നിയമിക്കാമെന്ന നിയമനപത്രത്തിൽ മാനേജർ ഒപ്പുവെച്ചു.

സീനക്ക് വിവാഹ അന്വേഷണവുമായി ഏറെപ്പേർ കടന്നെത്തി. അധ്യാപകർ. ബാങ്ക് ഉദ്യോഗസ്ഥർ. അങ്ങനെ പലരും.

ഗുണദോഷവശങ്ങൾ നോക്കാതെ നായർ ഒറ്റമറുപടി ഏവർക്കും നൽകി.

"ഇപ്പോൾ ഏതായാലും തരപ്പെടില്ല." അയാൾ അന്നേരവും കണക്കുകൂട്ടുകയായിരുന്നു.

"ട്രെയിനിങ് വരെ കഴിപ്പിച്ചനിലയിൽ ഒരു വരുമാനവും വരാതെ.... ഒരുത്തന്റോടെ അയച്ചാൽ പിന്നെ ഇങ്ങോട്ടെന്തെങ്കിലും തരുന്നൊന്നും കണക്കാക്കണ്ട കമലാക്ഷീ...."

•

മാർച്ച് മുപ്പത്തി ഒന്ന്.

ഒദ്യോഗികമായി അവസാനം സ്കൂളിൽ പോകേണ്ടദിവസം. സേവനത്തിന്റെ നീണ്ട മുപ്പത്തിമൂന്നു വർഷം പലരും വിവരിച്ചു. മുല്ലമണം ഹാളിൽ നിറഞ്ഞുനിന്നു.

വീതികൂടിയ വയൽവരമ്പിലൂടെ അവർ വീട്ടിലേക്ക്.

അവർ മൂവരും വീട്ടിലെത്തി ഏറെനേരം കഴിഞ്ഞിട്ടും റീനയെ അടുത്തെങ്ങും കാണാനില്ല.

അടുത്തവീട്ടിലെങ്ങാനുമുണ്ടാകുമെന്നു കരുതി കാത്തിരിക്കുന്നതിനിടയിൽ ഫോൺബെല്ലിന്റെ മുഴക്കം.

മറുതലയ്ക്കുനിന്നും ഇപ്രകാരം കേട്ടു.

"അച്ഛാ റീനയാ... എന്നെക്കുറിച്ച് ആരും വേവലാതിപ്പെടേണ്ട. ഞങ്ങൾ സുഖമായി ജീവിക്കുന്നു."

മുഴുവൻ കേൾക്കുംമുമ്പേ അയാൾ കാറ്റുപോയ ബലൂൺപോലെ ആയിത്തീരുകയും ചാരുകസേരയിൽ ഇടംകണ്ടെത്തുകയുംചെയ്തു.

"ഞങ്ങൾ സുഖമായി ജീവിക്കുന്നു" എന്ന വാക്കുതന്നെ പിന്നെയും പിന്നെയും അയാളുടെ കാതുകളിൽ മുഴങ്ങുന്നു.

കമലാക്ഷിയും സീനയും എല്ലാം ആഘാതത്തിൽനിന്നും മോചിതരാവാൻ ദിവസങ്ങളോളമെടുത്തു.

സീനക്ക് ഇപ്പോൾ മുപ്പത് പിന്നിട്ടു.

അവൾക്കും അന്വേഷണം മുടങ്ങാതെ വന്നുചേർന്നു.

നായർ മറുപടി പതിവുപോലെ ആവർത്തിച്ചു.

●

നല്ല സന്ധ്യാനേരം,.....

പതുക്കെ ഇരുളിലേക്ക് വഴുതുന്നു.

പുറത്ത് കോലായയിലിരുന്ന് മൂവരും ചായകുടിക്കുന്നു. കൂടെ കുടുംബകഥകളുടെ പഴയ കെട്ടഴിക്കുന്നു അയാൾ.

വർത്തമാനത്തിനിടയിൽ പെട്ടെന്ന് പവർകട്ട്.

പവർകട്ടിനുള്ള പ്രഖ്യാപിതസമയം ആയിട്ടുണ്ടായിരുന്നില്ല.

ഇതുകൊണ്ടുതന്നെ നായർ അത്ഭുതപ്പെട്ടു.

അടുത്ത പുരയിലെല്ലാം പ്രകാശം പതിവുപോലെയുണ്ട്.

അകലെ റോഡിൽനിന്നും നല്ല വെളിച്ചത്തോടെ കാർ സ്റ്റാർട്ടാവുന്നു. സീനയുടെ അസാന്നിധ്യം അവർ തിരിച്ചറിഞ്ഞു.

നിസ്സംഗതയുടെ വരണ്ടമണ്ണിലേക്ക് അവർ വഴുതിവീണു.

അകലെനിന്നും സീന വിളിച്ചുപറയുന്നതായി അയാൾ അനുഭവിച്ചു.

"അച്ഛാ ഞങ്ങളും സുഖമായി ജീവിക്കുന്നു...."

ഓരോ ദിനരാത്രങ്ങളും അവർക്ക് ഇഴഞ്ഞുനീങ്ങുന്നതായി.

മക്കൾ തിരിച്ചെത്തുമെന്ന പ്രത്യാശയോടെ.

ഇന്ന് അയാൾക്ക് അറുപത് പിന്നിട്ടു.

പക്ഷേ, എൺപത് കഴിഞ്ഞെന്ന് തോന്നിക്കുന്ന പ്രകൃതം.

തലനരച്ച് കാഴ്ച നഷ്ടപ്പെട്ട ഒരു മനുഷ്യൻ രാവും പകലും തിരിച്ചറിയാനാവാതെ, അയാൾ കാത്തുനിന്നു.

രസപാളികൾ ദ്രവിച്ചു തുടങ്ങിയ ആൾക്കണ്ണാടിപോലെ അയാൾ ഒരു മൂലയിലൊതുങ്ങി.

●

ഇതിൽപ്പരം ഇയാളെപ്പറ്റി, മീനയെപ്പറ്റി നവാഗതനായ ഒരു കഥാകൃത്തിന് എന്താണ് പറയാനുള്ളത് എന്നാണ് പത്മൻ പന്തല്ലൂർ ചോദിക്കുന്നത്.

കഥയുടെ ക്രാഫ്റ്റും ക്ലൈമാക്സും എല്ലാം ഒത്തിണക്കി പത്മൻ ഇക്കഥ പത്രാധിപർക്ക് അയച്ചുകൊടുത്തു. അഥവാ കഥ അച്ചടിച്ചുവന്നാൽ അധികമാരും വായിക്കല്ലേ എന്ന പ്രതീക്ഷയോടെ.

ലോകത്ത് ആരും പത്മൻ പന്തല്ലൂർ എന്ന കഥാകൃത്തിനെ തെറ്റിദ്ധരിക്കുന്നത് ഇഷ്ടമായിരുന്നില്ല.

നല്ലതു മാത്രമേ പറയിക്കാവൂ എന്നതായിരുന്നു അവന്റെ ജീവിത വ്രതം.

പക്ഷേ, എന്തുപറയാൻ. എൺപതുകളുടെ അവസാനം എഴുത്തും വായനയും മഹാവ്യാധിപോലെ അവനെ പിടികൂടുകയായിരുന്നു.

ഇന്നും അവൻ അത് തുടർന്നുകൊണ്ടിരിക്കുന്നു.

കഥയുടെ നാൾവഴി തിരിച്ചറിയാൻ.

ചിത്രപുസ്തകത്തിൽനിന്ന്

പണ്ട് ഗീതികയുടെ ചിത്രപുസ്തകത്തിൽ കോറിയിട്ടത് കുറെ കനം കുറഞ്ഞ രേഖകൾമാത്രം.

എല്ലാറ്റിനും നിറംപകരാൻ നിർബന്ധിക്കുന്ന അമ്മയ്ക്ക് മുന്നിൽ അവൾ കോപിഷ്ഠയായി.

മുഖം കനംതൂങ്ങി.

"ജമന്തിയും പനിനീർ പൂക്കളും മുറ്റത്തുതന്നെ വേണ്ടുവോളം കാണുന്നുണ്ടല്ലോ.... പിന്നെയെന്തിനാണമ്മേ ചിത്രപുസ്തകത്തിലും...."

പച്ചനിറമാർന്ന പ്രകൃതി വരച്ചിടാൻ അമ്മ നിർബന്ധം പിടിക്കുമ്പോഴും അവൾ കരുത്തോടെ ഇടപെട്ടു.

"ചെടികളിൽ നിറഞ്ഞുനിൽക്കുന്ന പച്ചപ്പ്. പച്ചയുടുപ്പണിഞ്ഞ് പോകുന്ന കുഞ്ഞുങ്ങളെ നോക്കൂ. അമ്മേ... അടുത്തപുരയിലെ ശ്രീധന്യചേച്ചീടെ സാരികൾ അമ്മ കണ്ടിട്ടില്ലേ... പച്ചനിറത്തിന്റെ എത്ര വകഭേദങ്ങൾ. കാണാൻ ഇത്രയേറെയുള്ളപ്പം, പിന്നെയെന്തിനാണമ്മേ..."

ഗീതികയുടെ ന്യായവാദങ്ങൾ ഏറെ നീണ്ടു.

ഇതൊക്കെയും കൊല്ലങ്ങൾക്കു മുമ്പേയുള്ള അവളുടെ അനുഭവം.

ഇന്നോ....?

ഇന്നവൾ ചെറിയ ചിത്രപുസ്തകങ്ങളിൽനിന്നും വലിയ ക്യാൻവാസിലേക്ക് വളർന്നു. പൂക്കളോട് മുൻപത്തെപ്പോലെ അതിരറ്റ സ്നേഹം അവൾ തുടരുന്നുണ്ട്.

ചിലരങ്ങനെയും ഉണ്ടാവുമല്ലോ.

വർണപ്രപഞ്ചമൊരുക്കുന്ന പൂമെത്തയിലെത്തിയാൽ അവൾ എന്തെന്നില്ലാത്ത കുളിരനുഭവിക്കുന്നു.

പിന്നെ ഏറെനേരമവിടെത്തന്നെ.

ഇതെല്ലാമായിട്ടും മുൻപൊരിക്കൽപ്പോലും അവൾ പൂക്കൾ ചിത്രത്തിന് പ്രമേയമാക്കിയില്ല.

പകരം ദാരിദ്ര്യം, പീഡനം, സ്ത്രീ, യുദ്ധം, കാശ്മീർ തുടങ്ങിയവ.

●

അതിരുകളിൽ നുഴഞ്ഞുകയറി ഭീകരർ യാത്രാബസ് കത്തിച്ചത് ഒരു നട്ടുച്ചയ്ക്കായിരുന്നു എന്ന വാർത്ത കേട്ടപാടെ അവൾ, നിറങ്ങൾ ചേർത്തുകൊണ്ടിരുന്ന പാലറ്റിൽനിന്നും കൈ പിൻവലിച്ചു.

രാവും പകലുമില്ലാത്തിടത്താണോ നട്ടുച്ച.

അവിടെ കാലന് കാലഭേദമില്ലെന്ന് നേതാക്കൾ പ്രസംഗിക്കുന്നത് കേട്ടതും ഇന്നേരത്ത് അവളോർത്തു.

ഉണങ്ങിയ മരത്തെ ശിരസാവഹിച്ചുള്ള ഒരു വരണ്ട ഭൂമിക്കായി കാത്തിരുന്ന ക്യാൻവാസ് പിന്നെ 'ശ്രീനഗറാ'യി. പിന്നെ അവിടുത്തെ പുഴയായി.

ഇന്ത്യയെ ഇല്ലാതാക്കുന്ന ഭീകരരുടെ ഉരുണ്ട കണ്ണുകളായി. ഒടുവിൽ യന്ത്രത്തോക്കുകളും അവയുടെ പിന്നാലെ പറക്കുന്ന ശവംതീനികളും.

വയനാട്ടിൽ ആദിവാസിയെ നിയമപാലകർ വെടിവെച്ചു കൊന്നപ്പോഴും ട്രാക്ടറിരമ്പുന്ന ഗോതമ്പ് പാടത്തിനായുള്ള ക്യാൻവാസ് തൽക്കാലം മാറിനിന്നു. വിറക് കമ്പെടുത്ത് ചെറുത്തുനിൽക്കുന്നവർക്കായി അഥവാ ആദിവാസികളുടെ വയനാടിനുവേണ്ടി.

●

പൊതുമരാമത്തുകാരുടെ നിരത്തിനോട് ചേർന്നാണ് 'ഗീതാഞ്ജലി' ഗീതികയുടെ പുര.

മുൻഭാഗത്താകെ പൂക്കൾ തീർത്ത ഉദ്യാനം.

കോൺക്രീറ്റ് കെട്ടിടത്തിനു മുകളിലും പനിനീർച്ചെടികൾ.

അവിടെ ആശ്വാസംപോലെ അവളുടെ അമ്മയുണ്ട്.

ഗീത.

ചെടികൾക്ക് വെള്ളമൊഴിച്ചുകൊണ്ടിരിക്കയാണവർ; അവയുടെ ആർത്തി തീരുവോളം.

"പൂക്കളെ ഇങ്ങനെയും സ്നേഹിക്കുന്നവരുണ്ടല്ലോ..."

നിരത്തിലൂടെ കടന്നുപോകുന്നവരത്ഭുതപ്പെട്ടു.

പനിനീർപൂക്കൾ തന്നെ എത്രതരം.

മഞ്ഞയുടെ വകഭേദങ്ങളിൽ തന്നെയുണ്ട് അഞ്ചാറ് തരം. മറ്റുള്ളതിന്റെ കാര്യം പറയാനുമില്ല.

നീലനിറത്തിലും പനിനീർ പൂവുണ്ടെന്നറിഞ്ഞതുതന്നെ ഇവിടുന്നാ.

നഗരത്തിലേക്കുള്ള വഴിത്താരയിൽ അടുത്തടുത്തായി കോൺക്രീറ്റ് കെട്ടിടങ്ങൾ; ബഹുനില കെട്ടിടങ്ങൾവരെ.

'ഗീതാഞ്ജലി'ക്ക് തൊട്ടടുത്താണ് അനന്തൻ വക്കീലിന്റെ താമസം. കൽക്കത്തയിലെ ഏതോ കമ്പനിയിൽ മൂന്ന് പതിറ്റാണ്ട് ഗുമസ്തപ്പണി ചെയ്തുകൂട്ടിയ ആൾ.

കൽക്കത്തയ്ക്ക് വണ്ടികയറുംമുമ്പേ കൂത്തുപറമ്പിലെ മുൻസിഫ് കോടതിയിൽ വക്കീൽ ഗുമസ്ഥനായി കുറച്ചുകാലം ജോലി ചെയ്തപ്പോൾ വീണുപോയ പേരാണ് അനന്തൻ വക്കീലെന്ന്.

*രാമായണ*വും *മഹാഭാരത*വും അയവിറക്കിയാണ് ഇപ്പോൾ കാലം കഴിക്കുന്നത്.

മുമ്പ് അവിടെ എത്ര തരമായിരുന്നു ജമന്തി. കൊടിപിടിച്ചു നിൽക്കുന്നപോലെ ചുവന്ന മുസാന്തകളും.

ഇന്നോ....?

പഴയ മുസാന്തയുടെ ചുവപ്പിലേക്കായി എന്റെ ശ്രദ്ധ.

ചുവപ്പ് പുതച്ചുനിൽക്കുന്ന മുസാന്തകൾ; അത് മാത്രമാണ് ഇന്നവിടെ.

അത് എന്നെ നോക്കി ചിരിക്കുന്നുമുണ്ട്.

അതിനടുത്തുനിന്നും ഒരു അൽസേഷ്യൻ ഒച്ചവെക്കുന്നു. തടവിൽ നിന്നും സ്വാതന്ത്ര്യം കിട്ടാനുള്ളതുപോലെ. പുറത്തുള്ളവരുടെ അസ്വാതന്ത്ര്യം അറിഞ്ഞ് ഐക്യദാർഢ്യം പ്രഖ്യാപിക്കുകയാണോ എന്നും അറിയില്ല.

പുരയുടെ വെളുത്ത ചുവരിൽ നിറമുള്ള പൂക്കൾ ഇടം നേടിയിട്ടുണ്ട്.

ചുവരിൽ ഘടിപ്പിച്ച ചെറിയ ചെടിച്ചട്ടികൾ.

വെള്ളം ഒട്ടും ഒഴിച്ചുകൊടുക്കേണ്ടതില്ലാത്ത കുറേ ചെടികൾ.

എല്ലാം പ്ലാസിറ്റിക് നിർമിതം.

അത് ഏവർക്കും ഒരേനിറം മാത്രം സമ്മാനിച്ചു.

എപ്പോഴും.

സൗരഭ്യം ഒട്ടും നൽകാത്ത പ്ലാസ്റ്റിക് പൂക്കളുടെ മുമ്പിൽ ഞാൻ പിന്നെയൊട്ടും നിന്നില്ല.

നിരത്തിന്റെ കോണിലൂടെ കാറ്റ് ഇടയ്ക്കിടെ ഒഴുകിയെത്തുന്നു.

വെറും ഉഷ്ണക്കാറ്റ്.

അതിന് മുസാന്തയുടെയും പനിനീരിന്റെയും മണമുണ്ടെന്ന് ഞാനറിഞ്ഞു.

നട്ടുച്ചയിലെ വേനലും പകുത്ത് ഞാൻ പിന്നെയും നടന്നു.

ഉദ്യാനം തേടിയുള്ള യാത്ര.

രാവും പകലും തേടിയുള്ള യാത്രതന്നെ.

നേരം ഏറെ ചെന്നപ്പോൾ റോസാപ്പൂക്കളുടെ മണം എനിക്കന്യമായി.

ഇരുണ്ട ആകാശം ഇടയ്ക്കിടെ പ്രകാശം പരത്തി.

എന്റെ കണ്ണുകൾ പ്രകാശരേഖയിൽ നേരെ സഞ്ചരിച്ചു.

നാലുപാടുനിന്നും ഇടിപോലെ മുഴക്കങ്ങൾ കാതുകളിലെത്തി.

ഇരുളിലൂടെ തപ്പിത്തടഞ്ഞുകൊണ്ട് നേർത്ത കാറ്റും എത്തി.
അതിന് വെടിമരുന്നിന്റെയും മനുഷ്യമാംസത്തിന്റെയും മണം.
അമ്മ നഷ്ടപ്പെട്ട ഒരു കുഞ്ഞിന്റെ രോദനവും അതിനൊപ്പമുണ്ട്.
ഇന്ത്യയുടെ അതിരുകൾ, തന്നെ ഞാനോർത്തു.
പൂക്കളില്ലത്ത അതിരുകൾ.
പിന്നെയും ചുവന്നുകൊണ്ടിരിക്കുന്ന അവിടത്തെ പുഴയും.

ആകാശം ചുവന്നതായി മിന്നൽ വെളിച്ചത്തിൽ അറിഞ്ഞു. അതിർത്തിയിൽ പൂക്കളെ സ്നേഹിച്ച അമ്മമാരുടെ ചോര ചുവപ്പിച്ച ആകാശം.

•

ഞാൻ തിരികെ വരുമ്പോൾ കണ്ടത്, ഗീതിക വലിയ ക്യാൻവാസിലേക്ക് തിരിക്കുന്നതാണ്.

പൂക്കളെ സ്നേഹിക്കുന്ന അമ്മമാർ ക്യാൻവാസിനു ചുറ്റും നൃത്തം ചെയ്യുന്നു. ചുവന്ന വലിയ പൂക്കൾ വിരിയിക്കാൻ.

അതിരുകളിലെ വെടിയൊച്ച ഗീതികയുടെ ക്യാൻവാസിൽ ശാന്തമാവുന്നു. പുഴ ചുവന്നൊഴുകുന്നുണ്ടെങ്കിലും അത്ര ശാന്തതയോടെ തന്നെ.

അതിരുകളിൽ പൂക്കൾ നിറഞ്ഞു നിൽക്കുന്നുണ്ട്; പലനിറത്തിലും ഉള്ളവ.

ഇതിനിടയിൽനിന്നും ചുവന്ന റോസാപ്പൂക്കൾ, അതിരുകൾ ഭേദിക്കുന്ന കഥ പറയുന്നുണ്ട്.

അമ്മയുടെ നിർബന്ധം ഇല്ലാതെതന്നെ ഗീതിക ചിത്രം വരയുന്നു.

പച്ചനിറത്തിന്റെ സമൃദ്ധിയിൽ ഒട്ടേറെ ചിത്രങ്ങൾ. അതിനിടയിൽ ആർത്തുല്ലസിക്കുന്ന ചുവന്ന റോസാദളങ്ങൾ.

ഗീതയുടെ സാരിയിൽനിന്നും പച്ചനിറം ക്യാൻവാസിലേക്ക് ഒഴുകിയിറങ്ങി.

ഇനി ക്യാൻവാസിൽനിന്നും പൂക്കൾ പറയുന്ന കഥ കേൾക്കാം.

പതാകയ്ക്ക് കീഴെ കുറെ കണ്ണുകൾ

അനന്തന്, അജയൻ മാത്രമാണ് ആണായിട്ടുള്ളത്. ബാക്കി രണ്ടും പെണ്ണ്. തന്റെ തൊഴിൽ മേഖലയായ നെയ്ത്തുപോലെ നെയ്തെടുക്കുന്ന ജീവിതത്തിനിടയിൽ ഒരാഗ്രഹമേ അനന്തന് ഉള്ളൂ. പുതിയ ഏതെങ്കിലും തൊഴിൽ മേഖലയിലേക്ക് അജയനെ തിരിച്ചുവിടണം.

എഞ്ചിനീയറിങ്ങിനോ മെഡിസിനോ ചേരാനുള്ള താൽപ്പര്യം മുളയിലേ നുള്ളിക്കളയാൻ അനന്തൻ ശ്രമിച്ചിരുന്നു. ഇതിനാൽത്തന്നെ ആ വക കാര്യങ്ങളിൽ അജയനും താൽപ്പര്യം ഉണ്ടായിരുന്നില്ല. അങ്ങനെയാണ് തിരുവനന്തപുരത്ത് അകന്ന ബന്ധുവിന്റെകൂടെ താമസിച്ച്, മാധ്യമപ്രവർത്തനം പഠിക്കുന്നതിനുള്ള ഏർപ്പാടാക്കിയത്.

ദൃശ്യമാധ്യമരംഗത്തെ മിന്നുന്ന താരമായി മകൻ മാറുമ്പോൾ സിനിമാതാരങ്ങളെപ്പോലെ, മകന്റെ മുഖം എന്നും ടെലിവിഷനിൽ കാണാമെന്ന കൊതിയോടെ അനന്തൻ കാത്തിരുന്നു. മക്കളെ നന്നായി വളർത്തണമെന്നേ ഏതൊരച്ഛനെയുംപോലെ അനന്തനും ആഗ്രഹിച്ചിരുന്നുള്ളൂ. ഏതെല്ലാമോ സ്നേഹിതന്മാരുടെ ഉപദേശംകൂടിയായപ്പോൾ അങ്ങനെയാവട്ടെ എന്നു കരുതി എന്നു മാത്രം.

•

നെയ്ത്ത് തൊഴിലാളികൾക്കിടയിൽ അനന്തന് പറഞ്ഞറിയിക്കാനാവാത്ത സ്വാധീനം ഉണ്ടായിരുന്നു. പുരയുടെ ചുവരിൽ തൂങ്ങുന്ന കൃഷ്ണപിള്ളയുടെ പടം ഉണ്ടായിരുന്നതുകൊണ്ടുമാത്രം രേഖപ്പെടുത്താനാവുന്ന കമ്യൂണിസ്റ്റായിരുന്നില്ല അനന്തൻ.

ജീവിതംകൊണ്ടുതന്നെ കമ്യൂണിസ്റ്റാണെന്നു തെളിയിച്ച ആൾ. പാർട്ടിയുടെ രഹസ്യയോഗത്തിന് സി എച്ച് കണാരൻ എത്തുന്നത

റിഞ്ഞാൽ ഒരു പായ്ക്കറ്റ് ചുരുട്ട് സി എച്ചിനായി കരുതിവെക്കുന്ന ജാഗ്രത്തായ കമ്യൂണിസ്റ്റ്. ഏത് തൊഴിലാളികൾക്കും അത്യാപത്തുണ്ടായാൽ ആദ്യം ഓടിയെത്തുന്നത് അനന്തനായിരിക്കും. അവർക്കുവേണ്ടിയുള്ള സമരവഴികളിലും അനന്തൻ മുൻനിരയിലുണ്ടാവും; മുറുകെ പിടിച്ച കൊടിയുമായി.

പാർട്ടി സമ്മേളനത്തിന് നെയ്ത്ത് കേന്ദ്രത്തിൽനിന്ന് ജാഥ പുറപ്പെടുമ്പോഴും, എല്ലാവരെയും അണിനിരത്തിയശേഷം കൊടിയുമായി തന്നെ അനന്തനുണ്ടാവും മുൻനിരയിൽ. എന്തിനേറെ പറയുന്നു, അനന്തനില്ലാത്ത ഒരു പാർട്ടി പരിപാടിയും ഈ ദേശത്തുണ്ടാവില്ല.

അജയൻ വളർന്നു വലുതാവുന്നതോടെ എന്തെങ്കിലും ജീവിത മാർഗം ഉണ്ടാക്കുന്നതോടെ അടങ്ങിയൊതുങ്ങി വിശ്രമിക്കാമെന്ന ആഗ്രഹം ഉണ്ടായിരുന്നു അനന്തന്. അജയന്റെകൂടി അഭിപ്രായപ്രകാരം തിരുവനന്തപുരത്ത് പഠനം തുടങ്ങി.

●

ക്യാമ്പസ് റിക്രൂട്ടുമെന്റിനായി കാത്തിരിക്കുന്ന മാധ്യമ തമ്പുരാക്കന്മാർ വലിയ വലവിരിച്ച് പുറത്ത് കാത്തിരിപ്പുണ്ടായിരുന്നു. ദൃശ്യമാധ്യമരംഗത്ത് നന്നായി തിളങ്ങുമെന്ന് ഉറപ്പുള്ളവരെ മാത്രമേ അവർക്കാവശ്യമുണ്ടായിരുന്നുള്ളൂ. പരിശീലനം കഴിഞ്ഞ് പുറത്തുവരുമ്പോൾത്തന്നെ മാധ്യമരംഗത്ത് ജോലിയിൽ കയറിപ്പറ്റാൻ അജയന് കഴിഞ്ഞു. അജയനോടൊപ്പമുണ്ടായിരുന്ന ചിലർക്കും ജോലിതരപ്പെട്ടുവെന്ന് അനന്തന് അറിയാനായത്, ടെലിവിഷനിലെ നൂറ്റിപ്പതിനഞ്ച് ചാനലും മാറി മാറി കണ്ണോടിക്കുമ്പോഴാണ്.

അജയൻ വീട്ടിലെത്തുന്നത് അപൂർവ സന്ദർഭങ്ങളിൽ മാത്രമായി. പക്ഷേ, മകന്റെ മുഖം സ്ക്രീനിൽ അനന്തൻ തെളിഞ്ഞുകണ്ടു. അവൻ ജോലിചെയ്യുന്ന മാധ്യമത്തിനുവേണ്ടി വീറോടെ വാദിക്കുന്നത് കണ്ടപ്പോൾ അനന്തൻ തലകുനിച്ചു. നെയ്ത്തുതൊഴിലാളികളെ സംഘടിപ്പിച്ച് സമരം നടത്താനും മറ്റും അനുഭവിച്ച പാട് അനന്തനേ അറിയൂ.

അഥവാ അനന്തനെപ്പോലുള്ളവർക്ക് മാത്രം.

അനന്തന്റെ പാർട്ടിക്കുനേരെ തന്നെയാണ് മകൻ ജോലിചെയ്യുന്ന മാധ്യമം കൊമ്പുകോർക്കുന്നത്. അജയന്റെ മാധ്യമരംഗത്തെ വൈദഗ്ധ്യം കണ്ട് മലയാളത്തിലെ ഇമ്മിണി വല്യ മറ്റൊരു ചാനൽ അവനെ വിലയ്ക്കെടുത്തു. അവൻ പുതിയ ചാനലിൽ ശക്തനായ വക്താവായി. പാർട്ടിക്കകത്ത് ഉണ്ടാവുന്ന തർക്കങ്ങൾ അജയനെ ഉപയോഗിച്ച് ഊതിവീർപ്പിച്ചു.

അപചയം സംഭവിച്ച ഏതെങ്കിലും പ്രവർത്തകനെ പാർട്ടി പുറത്താക്കുമ്പോൾ, പാർട്ടിയുടെ തൊഴിലാളി വർഗദർശനത്തിന് അപഭ്രംശം സംഭവിച്ചുവെന്ന് കണ്ടെത്താൻ ബഹുജനങ്ങളിൽ വോട്ടെടുപ്പ് നടത്തിക്കൊണ്ടിരുന്നു. മുൻകൂട്ടി തയാറാക്കിവെച്ച വിയോജനക്കുറിപ്പുകൾ അവൻ തപ്പിയെടുത്ത് സ്റ്റുഡിയോവിൽനിന്നും അവതരിപ്പിച്ചുകൊണ്ടിരുന്നു.

അഭിപ്രായ വ്യത്യാസങ്ങളുടെ ഗ്രാഫ് ഉയരുന്നതായി കൃത്രിമം സൃഷ്ടിച്ചു.

ത്രിശൂലത്തിന് സ്തുതിപാടിയ ഒരു പാർലമെന്ററി മോഹക്കാരനെ പാർട്ടി കറക്ട്ചെയ്ത് നേരെയാക്കാൻ ശ്രമിച്ചുനോക്കി. മാധ്യമങ്ങൾ അവനെ പിന്തുടർന്നുകൊണ്ടേയിരുന്നു.

അധികാരത്തിന്റെ ശീതളിമ അനുഭവിച്ച നേതാവ് അയയുന്ന ഭാവമേയില്ല.

ത്രിശൂലത്തിന്റെ മൂർച്ചയിൽ മുറുകെപ്പിടിച്ച് പാർട്ടിയെപ്പറ്റി പുലഭ്യങ്ങൾ അണിനിരത്തിയപ്പോൾ പാർട്ടി അവസാനമാർഗം കണ്ടെത്തി.

വഴിയിൽ പതുങ്ങിയിരുന്ന മാധ്യമങ്ങൾ രാവ് പകലാക്കി ഉണർന്നു.

അജയനും ചാനലിലൂടെ അഭിപ്രായം ശേഖരിച്ചുകൊണ്ട് ചാനലുകാരുടെ പക്ഷത്തേക്ക് വാതുറന്നു വെച്ചു.

പുറത്താക്കപ്പെട്ട നേതാവ്, കഞ്ഞിപ്പശതേച്ച പുതിയ കുപ്പായം അണിഞ്ഞു.

ചാനലുകാർ മറ്റ് വാർത്തകൾ മാറ്റിവെച്ച് അവനുചുറ്റും കറങ്ങി. അവർക്ക് കിട്ടിയ പുതിയ ഇരയായിരുന്നു അവൻ.

അവന്റെ ആവേശത്തിരയിലുള്ള പ്രസംഗങ്ങൾ എല്ലാ ദേശീയ വാർത്തകളെയും പിന്നിലാക്കി.

●

വാർത്തകളിൽ നേതാവ് അപ്രധാനമായി.

മാധ്യമപ്രതിനിധികൾ ഒത്തുചേർന്നു. അവർ ആർത്തട്ടഹസിച്ചു.

"ഇതാണ് ഞങ്ങളാഗ്രഹിച്ചത്.... ട്ടോ..."

അവർ ആഹ്ലാദം പങ്കുവെച്ച് പുതിയ ഇരയ്ക്കുവേണ്ടി കാത്തിരുന്നു.

അജയനും അവർക്കുവേണ്ടി ക്യാമറയുമായി കുനിഞ്ഞിരിപ്പുണ്ട്; ഉണർവില്ലാത്ത ഒരു കുതിരയെപ്പോലെ.

തൊഴിലാളികളുടെ ശക്തമായ പ്രകടനം അറിഞ്ഞ് മാധ്യമങ്ങൾ പതുങ്ങിയെത്തുന്നുണ്ട്.

ഏതെങ്കിലും തൊഴിലാളി പ്രവർത്തകന്റെ ചുവടുവെപ്പിൽ തളർച്ചയുണ്ടോ എന്നറിയാൻ.

അഥവാ ഏതെങ്കിലും കൊടിയുടെ നിറം മങ്ങിയിട്ടുണ്ടോ എന്നറിയാൻ.

മാധ്യമങ്ങളുടെ എല്ലാ ലാക്കും തിരിച്ചറിഞ്ഞ് തൊഴിലാളികൾ കൂടുതൽ കരുത്തോടെ ചുവടുറപ്പിച്ച് നീങ്ങുകയാണ്.

അനന്തൻ അവർക്ക് മുന്നിൽ തളരാതെ നീങ്ങുന്നുണ്ട്.

പിന്നിലേക്ക് തിരിഞ്ഞുനോക്കുമ്പോൾ അജയൻ ജാഥയിൽ ഒരംഗമായി ചേർന്നുകഴിഞ്ഞതാണ് കാണുന്നത്.

ക്യാമറ ഇല്ലാത്ത അജയൻ.

വാർത്ത എഴുതാൻ തയാറെടുപ്പില്ലാത്ത അജയൻ.

അനന്തൻ തന്റെ അഭിമാനമായ പതാക ആവേശത്തോടെ ഉയർത്തിപ്പിടിച്ചു.

നിറംമങ്ങാത്ത പതാക.

പിന്നെയും പൂക്കുന്ന ചെടികൾ

ആനന്ദ് എന്ന പതിനേഴുകാരനെ കാണാതായതിനുതൊട്ടു പിന്നാലെ കേരളത്തിലെ പ്രമുഖ ദിനപത്രങ്ങളിൽ ശ്രദ്ധേയനിലയിൽ പ്രത്യക്ഷപ്പെട്ട വാർത്ത ഇപ്രകാരമായിരുന്നു എന്നാണോർമ.

കാൺമാനില്ല

ഈ ഫോട്ടോയിൽ കാണുന്ന ആനന്ദിനെ (17 വയസ്) കഴിഞ്ഞ വെള്ളിയാഴ്ച മുതൽ കാണാതായിരിക്കുന്നു. ഇരുനിറവും അഞ്ചടി നാലിഞ്ച് ഉയരവുമുള്ള, ഇംഗ്ലീഷും മലയാളവും നന്നായി സംസാരിക്കാൻ കഴിയുന്ന ആനന്ദിനെപ്പറ്റി വല്ല വിവരവും ലഭിക്കുന്നവർ അടുത്തുള്ള പൊലീസ് സ്റ്റേഷനിലോ താഴെ കാണുന്ന വിലാസത്തിലോ അറിയിക്കാനപേക്ഷ.

ഡോ. ജയകുമാർ
"ആനന്ദം"
തലശ്ശേരി-4

വായിക്കാൻ ഒരുപാട് ആനുകാലികങ്ങൾ മുന്നിൽ ഉണ്ടായിരിക്കുകയും വായനയ്ക്കിടയിലും സംവദിക്കാൻ അതിലേറെ ഉണ്ടാവുകയും ചെയ്യുന്ന ഇക്കാലത്ത് രണ്ട് കോളത്തിൽ മാത്രമായി പ്രത്യക്ഷപ്പെട്ട ഒരു വാർത്ത ഒരു വ്യാഴവട്ടം കഴിഞ്ഞിട്ടും വിടാതെ പിന്തുടരാൻ

കാരണമന്വേഷിക്കുകയാണ് ഇന്ന്. ഓരോ രാഷ്ട്രീയകക്ഷിയും തോൽവിയും വിജയവും അനുഭവിച്ച് തെറ്റ് തിരുത്തിക്കൊണ്ടിരുന്നതും ബോഫേഴ്സ് തോക്കിടപാടിൽ കോടികൾ കൈമറിഞ്ഞതും കഴിഞ്ഞ കാലത്ത് പിന്നിട്ട വാർത്തകളായിരുന്നു. എന്തിനേറെ, തീരദേശങ്ങളിൽ ദുരിതം വിതച്ച സുനാമി മുതൽ വിവാദം വിതച്ച എൻഡോസൾഫാൻവരെ നീണ്ടുനിൽക്കുന്ന ഒരു കാലത്തിന്റെ ലഭ്യമാവുന്ന ഇടവേളകളിലെല്ലാം ഓടിയെത്തുന്ന ഓർമയായി ആനന്ദ് തന്നെ മാറുന്നു.

അപകടങ്ങളിൽ ഒട്ടേറെപേരുടെ അകാലമൃത്യുവിന്റെ വാർത്ത താൽക്കാലിക ഞെട്ടലോടെ പര്യവസാനം കാണുമ്പോൾ ഡോ. ജയകുമാറിന്റെ തിരികെയെത്താതെ നടന്നുപോയ മകനെക്കുറിച്ചുള്ള ഓർമ വിസ്മൃതിയിലാവാതെ ഉണർത്തുകയാണ്. താൽക്കാലികമായി താമസിക്കുന്ന വാടകവീടിനോട് ചേർന്ന് ഒരു മുറി രോഗികളെ പരിശോധിക്കാനായി മാറ്റി വെച്ചിട്ടുണ്ട്. വീട്ടുജോലിക്ക് സഹായിക്കാൻ വേലക്കാരി ഉണ്ടെങ്കിലും വാടകപ്പുരയുടെ മുന്നിൽ പൂന്തോട്ടം ഒരുക്കാനും അത് പരിചരിക്കാനും ഡോക്ടറുടെ ഭാര്യ ജാഗ്രതയോടെ എന്നും ഉണ്ടായിരുന്നു.

അനുരാധ.

എന്നും പൂക്കളെ ഇഷ്ടപ്പെട്ടിരുന്ന ഒരമ്മ.

കുടുംബക്കാര്യങ്ങളെല്ലാം പങ്കുവെക്കുന്ന ഒഴിവുനേരങ്ങളിൽ ജയകുമാർ മക്കളോട് അതിരുകളില്ലാതെ ഇടപെട്ട് സംസാരിച്ചിരുന്നു.

യൗവനങ്ങളെ വഴിതെറ്റിക്കുന്ന ആപത്ത് സൂചകങ്ങളിലൂടെയുള്ള ഓർമപ്പെടുത്തൽ.

എല്ലാം ഓർമപ്പെടുത്തുമ്പോഴും, മെഡിസിന് പഠിക്കുമ്പോഴത്തെ പലരുടെയും ദുരനുഭവങ്ങൾ അയാളുടെ മനസിൽ മിന്നിമറയുന്നുണ്ടായിരുന്നു.

ലഹരിക്ക് അടിമപ്പെടുത്തി ഒടുവിൽ വിദ്യാഭ്യാസംതന്നെ പാതിവഴിയിൽ ഉപേക്ഷിക്കേണ്ടി വന്നവർ അസാന്മാർഗിക ക്രിയകളിൽ പങ്കാളികളാക്കാൻ ശ്രമിക്കുമ്പോൾ ചെറുത്ത് നിന്നതിന് മരണം ഏറ്റുവാങ്ങേണ്ടി വന്നവർ.

റെയിൽപ്പാളത്തിൽ ആത്മഹത്യയായി മുദ്രകുത്തപ്പെട്ട എത്രയെത്ര അനുഭവങ്ങൾ.

"ഇല്ല... എന്റെ മക്കൾക്ക് ഒന്നും സംഭവിക്കില്ല...." അയാൾ മനസിൽ പ്രത്യാശ കൈവിടാതെ, സംഭരിച്ച ശക്തിയോടെ പിന്നെയും ഉപദേശങ്ങളിൽ പങ്കാളിയാവും.

സൗഹൃദത്തോടെയുള്ള ഈ അഭിപ്രായങ്ങളെ വൈഷമ്യം കൂടാതെയാണ് ആനന്ദും അശ്വതിയും സ്വീകരിച്ചുപോന്നത്.

കുട്ടികളുടെ സ്പെഷലിസ്റ്റായ ഡോ. ജയകുമാർ താമസിച്ചിരുന്ന വാടകവീട്ടിൽ നിന്നുമാണ് ഒരു നനഞ്ഞ പകൽനേരത്ത് ആനന്ദ് അവസാനമായി ഇറങ്ങിയത്. പതിവുപോലെയുള്ള യാത്ര. "വൈകിട്ട് താമസിയാതെ വരണം. ഷാജിയുടെ *പിറവി* കാണാൻ പോകണം."

ഷാജിയുടെ പടം കാണാൻ ആഗ്രഹിച്ച് ജയകുമാർ മകനെയും ഓർമിപ്പിച്ചു.

ആഹ്ലാദത്തോടെ കൈവീശി യാത്രപറഞ്ഞു.

പതിവുപോലെയാണെങ്കിൽ വൈകുന്നേരം കാപ്പികുടിക്കുന്നതിനും മുമ്പേ എത്തിച്ചേരും.

എല്ലാവരും ഒന്നിച്ചിരുന്ന് കാപ്പികുടി കഴിഞ്ഞ് പഠിപ്പിൽ മുഴുകുന്ന പതിവുകാരൻ.

അന്ന് സിനിമക്ക് പുറപ്പെടേണ്ടുന്ന സമയം കഴിയുന്നതോടെ, വർധിച്ച ആശങ്കയോടെയാണ് നേരം തള്ളിനീക്കുന്നത്.

ഇരുട്ടുപരന്നതോടെ വിവരം അറിഞ്ഞെത്തിയ ബന്ധുക്കൾ, ഒറ്റയൊറ്റയായി നാട്ടുകാർ.

കെൽപ്പ് നഷ്ടപ്പെട്ടപോലെ അനുരാധ കിടന്നു കരഞ്ഞു. ആനന്ദിനെ കാത്തിരുന്ന മിനിട്ടുകൾ മണിക്കൂറുകളും ദിവസങ്ങളും വർഷങ്ങളുമായി.

അനുരാധയുടെ കിടപ്പോടുകൂടിയാണ് വീട്ടിനുമുന്നിലെ പൂന്തോട്ടത്തിൽ സൗന്ദര്യത്തോടെ നിന്നിരുന്ന മല്ലികയും പനിനീരും കരിഞ്ഞു തുടങ്ങിയത്.

വർഷങ്ങളുടെ പഴക്കമുള്ള കഥയായിരുന്നു ഇതൊക്കെയും.

അഥവാ ഒരു വേർപാടിന്റെ ഫ്ളാഷ്ബാക്ക്.

പണ്ട് ചെടികൾക്ക് രണ്ടുനേരവും വെള്ളം നനച്ച് പരിചരിച്ചിരുന്ന അനുരാധ പിന്നീട് എഴുന്നേൽക്കുന്നത് ദിനചര്യ നിർവഹിക്കാൻ മാത്രമായി.

പിന്നെ നാമമാത്ര ഭക്ഷണം കഴിക്കാനും.

ഒരു ലാളനയും കിട്ടാതെപോയ കഴിഞ്ഞ പന്ത്രണ്ട് വർഷത്തിന്റെ കഥകളാണ് പൂമുഖച്ചെടികൾക്ക് പറയാനുള്ളത്.

മകനെ കാണാതായ വിവരം അറിയിച്ച് പത്രപ്പരസ്യം നൽകിയതോടെ ഏതുനിമിഷവും മകന്റെ വരവിനായി ജയകുമാറും കുടുംബവും കാത്തിരുന്നു.

ഓരോതവണ ടെലഫോണിന്റെ ബെൽ മുഴങ്ങുമ്പോഴും ജയകുമാർ വേഗം ചെല്ലും. മറുതലയ്ക്കലുള്ള ശബ്ദം മകനെക്കുറിച്ചുള്ള വിവരങ്ങളാവട്ടെ എന്ന പ്രത്യാശയോടെ.

തേങ്ങലുകളടക്കി അനുരാധ പതുക്കെ കാതോർക്കും. മകനെക്കുറിച്ചുള്ള എന്തെങ്കിലും വിവരമാണോ എന്നറിയാൻ.

ഓരോ തവണ ഫോൺബെൽ മുഴക്കങ്ങളും അവസാനിക്കുന്നത് നൈരാശ്യത്തിന്റെ പുതിയ ഗർത്തങ്ങളിലേക്ക് തന്നെ.

ഡോക്ടറുടെ പരിശോധനാമുറിയിലേക്ക് കടക്കുന്ന ചുവരിൽ 'ഡോക്ടർ അകത്തുണ്ട്' എന്ന ചെറിയൊരു ബോർഡ് തൂക്കിയിട്ടുണ്ട്. അതും കടന്ന് അകത്തെത്തുന്ന ഓരോ കുട്ടിയുടെ മുഖത്തും അയാൾ ആനന്ദിനെ കണ്ടെത്തുന്നു.

അവരുടെ രക്ഷിതാക്കളോടും മകനെക്കുറിച്ചുള്ള ആശങ്ക പങ്കുവെച്ചുകൊണ്ടേയിരുന്നു.

തന്റെ മെഡിസിൻ പഠനകാലത്ത് പല കുട്ടികൾക്കും നേരിടേണ്ടി വന്ന ഒരുപാട് ദുരനുഭവങ്ങളിലൂടെ അദ്ദേഹത്തിന്റെ മനസ്സ് കടന്നുപോയി.

ഓരോ സംഭവങ്ങളിലൂടെ ഓർത്തു പോകുമ്പോഴും ഞെട്ടിയുണർന്ന പോലെ അയാൾ ആശ്വസിക്കും. 'ഇല്ല..., എന്റെ മകന് അങ്ങനെയൊന്നും സംഭവിക്കില്ല... എല്ലാം അവനെ ഓർമിപ്പിച്ചുകൊണ്ടാണല്ലോ വളർത്തിയത്." ആരോടെന്നില്ലാത്തപോലെ ജയകുമാർ പറഞ്ഞുനിർത്തി.

തിരികെ വരാതെപോയ മകനെ ഓർത്ത് അമ്മ എന്നും കരഞ്ഞുറങ്ങി.

ഏത് ഭക്ഷണവും അവർക്ക് രുചി നഷ്ടപ്പെട്ടതായി. രാത്രിയിൽ വളരെ വൈകുവോളം ഉറങ്ങാതെ കിടക്കും.

കാതോർത്തുള്ള കിടപ്പ്.

നിരത്തരികിലൂടെ പോകുന്നവരുടെ കാൽപ്പെരുമാറ്റം, വീടിന്റെ പടി കയറി വരുന്ന, മകന്റേതായി അവർക്ക് തോന്നി.

ഓരോ കാൽപ്പെരുമാറ്റത്തിനും പിന്നാലെ അമ്മേ, എന്ന വിളിക്കായി അവർ കാതോർത്തു.

പക്ഷേ ഓരോ നടപ്പും അകന്നുപോകുന്നു.

പൂന്തോട്ടത്തിൽ ചെടികൾ തെല്ലെങ്കിലും കിളിർക്കുന്നത് മഴക്കാലങ്ങളിൽ മാത്രം ദൃശ്യമായി.

എന്റെ ദേശത്തുകാരൻ തന്നെയായ ഒരു കഥാകൃത്ത് നിറഞ്ഞു നിൽക്കുന്ന പൂക്കളെക്കുറിച്ച് പണ്ട് കഥകളെഴുതിയിരുന്നു.

അതിനിടയിൽ വെള്ളം നനച്ച് ജീവിതം തീർന്നുകൊണ്ടിരിക്കുന്ന കൃഷിക്കാരെക്കുറിച്ച്; അവരുടെ പച്ചവെപ്പിക്കാൻ കഴിയാതെപോയ ജീവിതത്തെക്കുറിച്ച്; അകാലത്തിൽ കരിഞ്ഞുപോവുന്ന സൂര്യകാന്തികളെക്കുറിച്ചും.

ജോലിസ്ഥലത്തേക്കുള്ള ഉത്തരേന്ത്യൻ യാത്രയ്ക്കിടയിൽ സൂര്യകാന്തി വയലുകളെ മുറിച്ചുകടക്കുന്ന തീവണ്ടിയാത്രയുടെ അനുഭവം അവൻ എന്നോട് പങ്കുവെക്കാറുണ്ട്.

സൂര്യകാന്തിപ്പാടം വാൻഗോഗിന്റെ പെയിന്റിങ്ങുകളെ ഓർമപ്പെടുത്തുന്നുവെന്നും അവൻ പറഞ്ഞിരുന്നു.

പട്ടിണിപ്പാവങ്ങളായ തൊഴിലാളികളുടെ ജീവരക്തം, സ്വന്തമെന്ന പോലെ തിരിച്ചറിഞ്ഞ കഥാകൃത്തായിരുന്നു ജയരാജ്.

അവധിക്കാലത്ത് നാട്ടിലെത്തിയ ജയരാജ് തന്റെ മകനെയുംകൂട്ടി ഡോക്ടർ ജയകുമാറിന്റെ അടുക്കലെത്തി.

ഏതോ മഴക്കാലരോഗത്തിന്റെ ദുരിതവുമായാണ് അവൻ ചെന്നത്.

ആവശ്യമായ മരുന്നൊക്കെ കുറിച്ചുകൊടുത്തശേഷം ഡോക്ടർ, കഥാകൃത്തെന്നനിലയിൽ മുൻപരിചയം ഉള്ളതിനാൽ അൽപ്പം സ്വകാര്യവർത്തമാനങ്ങളിലേക്ക് കടന്നു.

പുറത്ത് രോഗികൾ കാത്തിരിപ്പുണ്ടായിരുന്നില്ല.

"എന്റെ വേദന എഴുത്തുകാരനായ താങ്കൾ അറിയുന്നുണ്ടോ? എന്നെങ്കിലും വരും എന്ന് കരുതി എത്ര വർഷമായി ഞാൻ മകനെ കാത്തിരിക്കുന്നു. ഇങ്ങനെയൊരനുഭവം ഏതെങ്കിലും ഒരച്ഛന്..." ഡോക്ടർക്ക് തുടരാനായില്ല.

എല്ലാ കരുത്തും ചോർന്നുപോയ നിമിഷം.

കവിഞ്ഞൊഴുകാനുള്ള തയാറെടുപ്പോടെ കണ്ണീർ നിറഞ്ഞുനിൽക്കുന്നു. അതിനകത്ത് ജയരാജിന്റെ ചെറിയരൂപവും പ്രതിബിംബിക്കുന്നുണ്ട്.

"കഥയെഴുതാറുണ്ടല്ലോ... പലപ്പോഴും ഞാൻ വായിക്കാറുണ്ട്. ഇങ്ങനെയൊരച്ഛന്റെ വേദനയും ചേർത്ത് താനൊരു കഥയെഴുത്. ഇന്ത്യ മുഴുവനും എത്തുന്ന ഒരു മലയാളം വാരികയിൽ അത് വെളിച്ചം കാണട്ടെ. എവിടെനിന്നെങ്കിലും എന്റെ മകൻ അത് വായിച്ചാൽ... ഇങ്ങോട്ട് വരാതിരിക്കില്ല...."

ജയകുമാർ തന്റെ അവസാനത്തെ പ്രതീക്ഷപോലെ ആവശ്യങ്ങൾ അവനുമുമ്പാകെ സമർപ്പിച്ചു.

അപൂർവമായി മാത്രം എഴുതുന്ന ശീലക്കാരനായിരുന്നു ജയരാജ്.

തൊഴിലാളികളെക്കുറിച്ചാണ് ഏറെയും എഴുതിയത്.

വിമോചനത്തിന്റെ പ്രത്യയശാസ്ത്രം.

എങ്കിലും ജയകുമാറിന്റെ ദയനീയ അഭ്യർഥനയ്ക്കും പ്രതീക്ഷയ്ക്കും മുന്നിൽ എങ്ങനെ വഴങ്ങാതിരിക്കും. അങ്ങനെ ജയരാജ് എഴുതിത്തുടങ്ങി.

"പതിവുപോലെ കൈവീശി യാത്രപറയുമ്പോൾ അത് അവസാന യാത്രയാവുമെന്ന് അവൻ കരുതിയതേയില്ല. പ്രതീക്ഷയോടെ കാത്തിരിക്കുന്ന കുടുംബത്തിന്റെ തോരാത്ത കണ്ണീർ കനംകുറഞ്ഞെങ്കിലും ഒഴുകിക്കൊണ്ടേയിരുന്നു. അയാൾ നോക്കിയിരുന്നത് ഉണങ്ങിയ പൂന്തോട്ടത്തിലേക്ക് തന്നെ.

പുതുതായ് ഒരു പൂമൊട്ട് കിളിർക്കുന്നുണ്ടോ എന്നറിയാൻ..."

ഇങ്ങനെ തുടങ്ങിവെച്ച കഥ പൂർത്തീകരിക്കാൻ പല സന്ദർഭങ്ങളിലായി നോക്കി.

ഒടുവിൽ പൂർത്തിയാക്കാത്ത കഥയുമായാണ് അടുത്ത അവധിക്കാലത്ത് ജയരാജ് നാട്ടിലേക്ക് തിരിച്ചത്. അപൂർണമായ ഇക്കഥയോടൊപ്പം മാരകമായ ഏതോ രോഗവും അവനോടൊപ്പം ഉണ്ടായിരുന്നു.

കഥ ഒരു വരിപോലും പിന്നെ തുടരാവാനാത്തവിധം രോഗം അവനെ കീഴ്പ്പെടുത്തി.

ആനന്ദ് അപ്രത്യക്ഷമായശേഷം ഒരു പൊതുചടങ്ങിലും സംബന്ധിക്കാതെ മാറി നിൽക്കുകയായിരുന്നു ഡോക്ടർ ജയകുമാർ. തൊഴിൽ മേഖലയിലെ സുഹൃത്തുക്കൾ ഏറെ നിർബന്ധിച്ചിട്ടും ഡോക്ടറുടെ കണിശതയ്ക്ക് മുന്നിൽ അവർക്ക് പിൻവാങ്ങേണ്ടിവന്നു.

വർഷങ്ങൾക്കുശേഷമുള്ള അദ്ദേഹത്തിന്റെ ആദ്യപൊതു സാന്നിധ്യം ജയരാജ് എന്ന കഥാകൃത്തിന്റെ ശവസംസ്കാര ചടങ്ങിലായിരുന്നു.

ശവദാഹക്കുഴിയിലെ വേവുന്ന കനലിൽ നേർത്ത ചാറ്റൽമഴ തോറ്റു പോവുന്നുണ്ട്.

തന്റെ എല്ലാ പ്രത്യാശകളും ചാമ്പലായിക്കൊണ്ടിരിക്കുന്നുവെന്ന തോന്നലാണ് അദ്ദേഹത്തിന് അന്നേരത്തും.

ഇതുവരെയും താമസിച്ച വാടകവീട് ഒഴിവാക്കി നഗരത്തിലെ തറവാട് വീട്ടിലേക്കുതന്നെ പോവണമെന്ന് ഭാര്യ നിർബന്ധിക്കുന്നുണ്ട്.

"എന്നെങ്കിലും അവൻ തിരികെ വരികയാണെങ്കിൽ അവൻ ഇറങ്ങിപ്പോയേടത്ത് തന്നെയാണ് വരിക. അന്നേരം ഇവിടെ അനാഥമായാൽ.... ഇല്ല... ഇവിടെനിന്നും തൽക്കാലം മാറേണ്ടതില്ല..." ജയകുമാർ ഉറച്ച തീരുമാനത്തിൽ തന്നെയെത്തി.

ഏറേനേരവും പ്രവർത്തിച്ചിരുന്ന ടെലിവിഷൻ ആനന്ദിന്റെ വിയോഗത്തോടെ അപൂർവം നേരങ്ങളിലെ വാർത്തകൾ കാണാനുള്ള ഉപകരണമായി. ഏതോ ഒരു ദുർബല നിമിഷത്തിലാണ് വാർത്തയുടെ നേരത്തല്ലാതെ ടി വി ഓൺ ചെയ്തുപോയത്.

ഒരു സിനിമയുടെ തുടക്കം.

വർഷങ്ങൾക്കുമുമ്പേ മകനോടൊത്തു കാണാൻ കൊതിച്ച സിനിമയെക്കുറിച്ചും അറിയാതെ ഓർത്തുപോയി.

സ്ക്രീനിൽ തെളിയുന്ന സിനിമ ബംഗാളി ഭാഷയിലുള്ളതാണ്. ഇംഗ്ലീഷിലുള്ള ഭാഷാന്തരത്തിന്റെ ടൈറ്റിൽസ് ചേർത്തിട്ടുണ്ട്.

ടി വി യുടെ ശബ്ദം അയാൾക്കുമാത്രം കേൾക്കാൻ പാകത്തിൽ ക്രമീകരിച്ചു.

കുറച്ചുനേരം ആകാംക്ഷയോടെ ജയകുമാർ അതിനുമുന്നിലിരുന്നു.

സിനിമയുടെ മുഖ്യപ്രമേയം ഒരു പൊതുശ്മശാനത്തെ കേന്ദ്രീകരിച്ചുള്ളതായിരുന്നു.

ബന്ധുക്കളും വേണ്ടപ്പെട്ടവരും എത്തിക്കുന്ന കുറെ മൃതദേഹങ്ങൾ.

സമുദായപ്രകാരമുള്ള ചടങ്ങുകൾ.

ഇതിനെല്ലാം പുറമെ അനാഥ ഗണത്തിൽപ്പെടുത്തിയും എത്തിക്കുന്ന മൃതദേഹങ്ങൾ.

ചിലത് ചീഞ്ഞ് വീർത്തത്.

മറ്റ് ചിലത് ഒരു ആചാരവും ഇല്ലാതെ തീ വിഴുങ്ങുന്നവ.

ശ്മശാനത്തിനു ചേർന്നുകിടക്കുന്ന നദിയിലൂടെയും മൃതദേഹം എത്തിക്കുന്നു.

പാതിവെന്തതും കരിഞ്ഞതുമായ ശവങ്ങൾ വലിയ കുഴിയിലേക്ക് തള്ളുന്നു.

തങ്ങളുടെ ബന്ധുവാണ് മരിച്ചത് എന്നറിയുന്നതോടെ സംസ്കരിക്കുന്നതിനു മുമ്പേ ഓടിയെത്തുന്ന ആൾക്കൂട്ടങ്ങൾ.

ഒതുക്കിവെച്ച വിറകുകൾ പതുക്കെനീക്കി മുഖം കാണിക്കുകയാണ് ശവദാഹ പണിക്കാർ.

ചിതാഭസ്മം ബന്ധുക്കൾ നദിയിൽ നിമജ്ജനം ചെയ്യുന്നു. ചുറ്റുപാടും നോക്കിയ ഡോക്ടർ നിറഞ്ഞ കണ്ണുകൾ തുടച്ചു. ടി വി ഓഫ് ചെയ്തശേഷം ആരോടെന്നില്ലാതെ പറയുന്നുണ്ട്.

"ഒരു പക്ഷേ... എന്റെ മകനും... ഇതുപോലെ എവിടെയെങ്കിലും...."

അയാൾ അനുരാധയുടെ അരികിലെത്തി.

"ഇനിയും നമ്മൾ ഇവിടെത്തന്നെ കാത്തിരിക്കുന്നതിൽ അർഥമില്ല...."

ഡോക്ടറുടെ അഭിപ്രായത്തോട് ഭാര്യയും യോജിച്ചു. അവർ പടിയിറങ്ങുമ്പോൾ കരഞ്ഞുതീർത്ത ഉപ്പുനീർ നേരെ ചെന്നത് കരിഞ്ഞുണങ്ങിയ പൂന്തോട്ടത്തിലേക്ക്.

കഴിഞ്ഞ രണ്ടുമൂന്നാഴ്ചയായി അവർ നഗരത്തിലെ തറവാട്ടുവീട്ടിലാണ് താമസം.

"ആനന്ദം" എന്ന പഴയ വീടിനടുത്തുകൂടി കടന്നുപോവുമ്പോൾ സ്വാഗതം ചെയ്യുന്നത് നിറഞ്ഞു നിൽക്കുന്ന പൂക്കൾ കണ്ണുനീരിൽ പിച്ചവെച്ച ചെടികൾ.

അപരിചിതനെപ്പോലെ ഒരാൾ നിലാവെളിച്ചത്തിൽ കയറിവരുന്നു.

മല്ലികയും പനിനീരും നേരിയ കാറ്റിൽ ആഹ്ലാദപൂർവം ആടിയുലയുന്നു.

കോലായിലേക്ക് കയറി നിൽക്കുമ്പോഴും അവൻ ഇതൊക്കെ അറിയുന്നുണ്ട്.

ചുവരിൽ പറിച്ചെടുക്കാതെ പോയ ഏതോ മരുന്ന് കമ്പനിക്കാരുടെ പോസ്റ്റർ നോക്കി അവൻ ചിരിക്കുന്നുണ്ട്.

പൂക്കൾ അവനെ നോക്കിയും ചിരിക്കുന്നു... പരിചിതമായ ചിരി.

റൊബേർ പാടുകയാണ്

റൊബേറിന്റെ ക്ഷണം സത്യത്തിൽ ഒരനുഗ്രഹമായിരുന്നു. കാര്യമായ ജോലിയൊന്നുമില്ലാതെ ഒരു ഞായറാഴ്ച മുന്നിൽ പിറന്നു കഴിഞ്ഞു.

ഫ്രാൻസിലെ പരിചയമില്ലാത്ത വഴികളിലൂടെ ആദ്യ ഞായർ ചെലവഴിച്ചിരുന്നു.

മിനിയാന്ന് ശനിയാഴ്ച അവധിയായിരുന്നെങ്കിലും ഫ്രാൻസിലെ നൊർമാന്തിയൻ ഭൂഭംഗി ക്യാൻവാസിൽ പകർത്താനുള്ള ധൃതിയിൽ ഒരവധി കടന്നുപോയതറിഞ്ഞില്ല.

എന്തുചെയ്യണമെന്ന ഒരുപാട് ചിന്തകളുടെ പടികടക്കുമ്പോഴാണ് മരപ്പാവുകളുടെ ഞരക്കം ഞാനറിഞ്ഞത്. തടിമിടുക്കുള്ള റൊബേറിനെ താങ്ങാനാവാതെ മരപ്പാവുകൾ ശരിക്കും വെപ്രാളപ്പെടുകയായിരുന്നു.

പാവുകളുടെ ശക്തമായ ഞരക്കങ്ങളിൽനിന്നും ഞാൻ തീർച്ചപ്പെടുത്തിയിരുന്നു; റൊബേർ തന്നെ.

''ഒഷ്യൂർദ്വി വുസേൻവിത്ത് പ്രോഗ്രാം ലാമ്യൂസിക്ക്....'' അദ്ദേഹം സംഗീതജ്ഞൻ കൂടിയായിരുന്നുവെന്ന് ആദ്യമേ ഞാനറിഞ്ഞിരുന്നു.

അദ്ദേഹത്തിന്റെ തന്നെ ഒരു സംഗീത പരിപാടിക്കുള്ള ക്ഷണം വിനയത്തോടെ സ്വീകരിച്ചു.

അങ്ങനെ ഞായറാഴ്ച തള്ളിനീക്കേണ്ടുന്ന വേവലാതിയും കെട്ടടങ്ങി.

പുതുതായി പരിശീലനം നേടിയ കുട്ടികൾ ഒരേ വസ്ത്രംധരിച്ച് കാത്തിരിക്കുന്നു; അരങ്ങേറ്റത്തിനുള്ള അവസരവും കാത്ത്.

ഗുരുവിനെ കണ്ടപാടെ ഓരോരുത്തരും വണങ്ങി. പാശ്ചാത്യ സംഗീതത്തിന്റെ വരികളിലൂടെ അവരുടെ നാവ് നൃത്തംവെച്ചു.

റൊബേർ സകല നിയന്ത്രണവും കയ്യിലെടുത്ത് തേരാളിയെപ്പോലെ നിയന്ത്രിച്ചുകൊണ്ടിരുന്നു.

കുട്ടികൾ മതിമറന്ന് പാടി.

ഒടുവിൽ റൊബേർ അവർക്കൊപ്പം അണിചേർന്നു. അയാൾക്കൊപ്പം അനുഗമിച്ചിരുന്ന വരയൻ പൂച്ച ശല്യമാവേണ്ടെന്നു കരുതിയാവണം സ്വയം മാറിനിന്നു. ഗാനം അതിന്റെ മൂർധന്യാവസ്ഥയിൽ എത്തുമ്പോഴേക്കും അയാൾ കുട്ടികൾക്കിടയിലെ ചെറിയ കുട്ടിയായി. അപ്പോഴേക്കും കുട്ടികളും ഞങ്ങൾ കാണികളും തമ്മിലുള്ള അതിർവരമ്പ് നഷ്ടപ്പെട്ടിരുന്നു.

റൊബേറും കുട്ടികളും ഞങ്ങളിലേക്ക് ഇറങ്ങിവന്നു. ഹാളിലെ വെളിച്ചം പൂർണമായും തെളിയുമ്പോൾ എല്ലാവരും മതിമറന്ന് പാടുകയായിരുന്നു. കുട്ടികളിലൊരാളായി ചെറിയ കുട്ടിയായി തന്നെ എല്ലാവരും പാടുന്നു.

സന്ധ്യയോടെപെയ്ത മഴ തീരാൻ പതിവിലും താമസിച്ചു. മൂന്നാം നിലയിലൊരു തട്ടിൻപുറത്തു പതിവുപോലെ ഉറക്കത്തിലേക്ക്.

ഉറക്കവെളിച്ചത്തിന്റെ ഒരു ബൾബ് മാത്രം നേരിയതായി പ്രകാശിക്കുന്നു.

മുകളിൽ അവിടവിടെയായി പതിച്ച കണ്ണാടിച്ചില്ലുകളിലൂടെ പുറമെ ആകാശവും കുറച്ച് മരച്ചില്ലകളും കാണാം. കാറ്റ് ഇടതടവില്ലാതെ തുടരുന്നതായി മരച്ചില്ലകൾ എന്നെ അറിയിക്കുന്നു.

പാതവക്കിലെ പരന്നുകിടക്കുന്ന മഞ്ഞവെളിച്ചത്തിൽ മരച്ചില്ലകൾ സൗരഭ്യം ചൂടിനിന്നു.

ചെറിയ ചില്ലുഗ്ലാസുകളിലൂടെ കാണുന്ന മഞ്ഞനിറമാർന്ന മരച്ചില്ലകളിലേക്ക് ഏറെനേരം നോക്കിനിന്നു. പാശ്ചാത്യ ചിത്രകാരനായ കോൺസ്റ്റബിളിന്റെ ചിത്രങ്ങളിലെ വൃക്ഷസൗന്ദര്യങ്ങളിലൂടെ മനസ്സ് കടന്നുപോയി. അടുക്കളയിലെ വലിയ മേശമേൽനിന്നും പൂച്ച ഒച്ചവെക്കുന്നു.

അപശബ്ദമായി ഇപ്പോൾ ഇത്രമാത്രം. ഉറക്കത്തിലേക്കുള്ള എന്റെ സകല ശ്രമത്തെയും റൊബേറിന്റെ പൂച്ച തടസപ്പെടുത്തിക്കൊണ്ടിരുന്നു.

എങ്ങനെയെങ്കിലും കീഴെ ചെന്നുനോക്കിയാലോ എന്ന് ഞാൻ ആലോചിച്ചു.

പക്ഷേ, ഒരു പൂച്ചയുടെ ശബ്ദം കേട്ടതിന് മാത്രമെന്തിന്...

ഇന്നേരത്തായിരുന്നു പുറമെനിന്നും ആരോ വിളിക്കുന്നതായി തോന്നിയത്.

"വദേൽ.... വദേൽ..."

ഉറക്കമില്ലാതെ കിടന്നതിനാലാവാം ആദ്യവിളിയിൽ തന്നെ ഞാനറിഞ്ഞു.

വീട്ടുടമസ്ഥൻതന്നെ വാതിൽ തുറന്നു കൊടുക്കുന്നതല്ലേ നല്ലതെന്നു കരുതി.

ഞാനനങ്ങാതെ കിടന്നു.

കീഴെ ആരും അറിയുന്ന മട്ടില്ല.

പിന്നെയും വിളി തുടർന്നുകൊണ്ടിരുന്നു.

"റൊബേർ വദേൽ... റൊബേർ..."

റൊബേറിന്റെ പൂർണനാമം റൊബേർ വദേൽ എന്നായിരുന്നു എന്ന അനുമാനത്തിൽ എന്നെ കൊണ്ടെത്തിച്ചത് രണ്ടാമത്തെ വിളിയായിരുന്നു.

യാതൊരനക്കവും കീഴെനിന്ന് ഇല്ലാതിരുന്നപ്പോൾമാത്രം ഞാൻ മരപ്പാവുകളിലൂടെ പതുക്കെ നടന്നു. ഒച്ചയുണ്ടാക്കാത്ത പൂച്ചയെപോലെ.

രണ്ടാംനിലയിലേക്ക്... പിന്നെ കീഴേക്ക്... റൊബേറിന്റെ പൂച്ച, മരം കൊണ്ടുള്ള വലിയ മേശമേൽ ചാടിക്കയറുന്നുണ്ട്. പിന്നെ മുകളിലെ തട്ടിൻപുറത്തേക്ക്. പിന്നെ കീഴെ മേശമേൽ. ഒടുവിൽ നിലത്തേക്കും.

പിന്നെ മുകളിലോട്ട്, താഴോട്ട്.

റൊബേർ ചാരുകസേരയിൽ അലസമായി കിടക്കുന്നു. ആഹ്ലാദത്തിന്റെ കൊടുമുടിയിൽ കയറിനിന്ന് കാലിയാക്കിയ ഒന്നുരണ്ട് കുപ്പികൾ മേശപ്പുറത്ത്.

'വേൻ ദ റൂഷ്' എന്ന് അതിനുപുറത്ത് നാമകരണം ചെയ്തിട്ടുണ്ട്.

അബോധത്തിൽനിന്നും അയാൾ പിടഞ്ഞെണീറ്റ് നിലത്ത് അലസമായി വീണുകിടന്ന പൈപ്പ് വേഗം കൈക്കലാക്കി; മീൻകൊത്തിപ്പക്ഷി മീൻ കൊത്തിയെടുക്കുംപോലെ.

അയാൾ പിന്നെയും പുകവലിക്കാൻ പൈപ്പിനകത്ത് കുത്തിനിറയ്ക്കുന്നു.

ഞാൻ മുകളിലോട്ട് പടികയറുമ്പോൾ ആഗതന്റെ അനുമോദനവാക്കുകൾ തിരിച്ചറിഞ്ഞു. അയാൾ റൊബേറിന്റെ വീടന്വേഷിച്ച് ഏതോ അപരിചിത പാതയിലൂടെ പരതുകയായിരുന്നുവെന്നും ഒടുവിൽ ഇവിടെ എത്തിച്ചേർന്നതാണെന്നും അറിഞ്ഞു.

ഉറക്കിന്റെ കരവലയത്തിലൊതുങ്ങുമ്പോൾ കീഴെനിന്ന് പിന്നെയും കേൾക്കുന്നു. ചിയേർസ്... ചിയേർസ്..."

ആഹ്ലാദച്ചിരികൾ പരന്നൊഴുകുന്നു.

നല്ല തെളിച്ചമുള്ള പകൽ.

സാധാരണ പകൽ നേരങ്ങളിൽ സൂര്യവെളിച്ചം തന്നെ അപൂർവ അനുഭവമായിരുന്നു; പ്രത്യേകിച്ച് ഫ്രാൻസിലെ തണുത്ത മാസങ്ങളിൽ. ചില്ലുപാളികളിലൂടെ മുറിയിലേക്ക് വെളിച്ചം കുത്തൊഴുക്കോടെ എത്തിച്ചേർന്നിട്ടും ഞാനറിഞ്ഞിരുന്നില്ല.

റൊബേറിന്റെ ഗാനങ്ങൾ പിന്നെയും എന്റെ കാതുകളിൽ എത്തിച്ചേർന്നു.

ഇന്നലത്തെ ഓർമയിലേക്ക് ഞാൻ കടന്നുപോവുകയാണെന്നു ശങ്കിച്ചു.

അല്ല.

റൊബേർ ശരിക്കും പാടുകയാണ്.

മരപ്പാവുകളിലൂടെ ഞാൻ നടന്നു. അനക്കമില്ലാതെ. അഥവാ എന്നെ ഉണർത്തിയതിലുള്ള നന്ദിയോടെ.

റൊബേറിനുചുറ്റും ഒരായിരം കുട്ടികൾ ഒത്തുപാടുന്നതായി തോന്നി; അയാൾ ഒരു ചെറിയ കുട്ടിയായും.

ഇല്ല. റൊബേർ തനിച്ച് പാടുകയാണ്.

പൂച്ച അയാളുടെ കാലുകൾക്കിടയിലൂടെ വലംവെച്ച് നടക്കുന്നുണ്ട്.

ഒച്ചയുണ്ടാക്കാതെയുള്ള നടത്തം.